***KA समूह प्रकाशन प्रस्तुत***

AF762524

प्रथम आवृत्ती

# शब्दरश्मी

सौ. रश्मी कौलवार

KA समूह प्रकाशन,

प्रकाशक,

डॉ.सागर गुडमेवार,

महाराष्ट्र नांदेड शाखा.

---

 यामधील रचनांद्वारा कोणत्याही धार्मिक, अध्यात्मिक, राजकीय ठेच पोहोचवण्याचा माझा उद्देश कदापि नाही. वेगवेगळ्या मराठी वर्णमालेतील अ पासून ज्ञ पर्यंत वर्णाने सुरू होणाऱ्या कविता सम्मिलित असून या कवितेने फक्त आणि फक्त निर्भेळ आनंद मिळावा हाच एक मात्र उद्देश घेऊन मी हा काव्यसंग्रह वाचकांसमोर प्रस्तुत करत आहे. आशा करते की नक्कीच तुम्हाला या कविता आनंद प्रेरणा देतील.



प्रथम आवृत्ती

पुस्तकाचे नाव : शब्दरश्मी

कवीचे नाव : सौ. रश्मी कौलवार

आय एस बी एन : 978-93-94873-49-0

# समर्पण

मी कवयित्री तर झाले पण माझ्या लेखणीला ज्यामुळे सामर्थ्य मिळाले, अशा सर्व सुंदर कल्पनांना ज्यांना शब्दांची साथ मिळाली आणि ही "शब्द रश्मी" साकार झाली म्हणून हा माझा काव्यसंग्रह मराठीतील वर्णमालेला अर्पण....

# मनोगत

अद्भुत हा अ पासून ज्ञ पर्यंत चा शब्दप्रवास

कल्पनेला लाभला जणू लेखणीचा सहवास

घेतला मनी जेव्हा मराठी काव्यसंग्रहाचा ध्यास

बाराखडीने शब्दरश्मी बनली खुपच खास

ओवता सारे वर्ण काव्यमालेत दरवळला सुवास

रसिकांच्या मनाचा ठाव घेईल वाटतो मनी विश्वास

हा माझा नवीन मराठी काव्यसंग्रह "शब्द रश्मी" वाचकांसमोर ठेवताना मला मनोमन खूप आनंद होत आहे मराठी स्वर आणि व्यंजन यातील एक एक मुळाक्षर घेऊन मी बऱ्याच रचना लिहिल्या. वेगवेगळया विषयावर त्या मांडल्या. काही कवितेत प्रेम विरह, दुःख, आनंद, मैत्री, नाते, संबंध तसेच सामाजिक, राजकीय, अध्यात्मिक सारे विषय यात समाविष्ट करण्याचा प्रयत्न केला आहे.

ण, ळ, ठ, ष, श्र या अक्षरावरून कविता लिहिणे खूप मोठे आव्हान होते काय लिहिणार? सुचत नव्हते. जरी या अक्षरावरून मी खूप कमी रचना लिहिल्या असतील तरी विचारपूर्वक आणि काहीतरी वेगळया लिहिण्याचा मनोमन प्रयत्न केला आहे. क, ह, र, प, आ इत्यादी अक्षर असे आहेत की त्यावर कितीही रचना लिहा कमीच, समाधानच व्हायचं नाही. एकंदर अ ते अं हे स्वर आणि क ते ज्ञ व्यंजन सर्व वर्ण अक्षरावरून काही कमी काही जास्त कविता तुमच्यासमोर आज सादर करत आहे अशा करते की नक्कीच त्या तुम्हाला आवडतील. कविता थोड्या अधिक झाल्यामुळे दोन भागात विभागणी केली आणि आज ते तुमच्या समोर प्रस्तुत करतांना उत्साह आणि आनंद आहे.

मनापासून धन्यवाद KA समूह प्रकाशन चे संस्थापक सागर गुडमेवार यांचे की ज्यांनी मलाही संधी दिली आणि ही "शब्दरश्मी" साकारली.

आपलीच,

सौ. रश्मी कौलवार

# परिचय

**सौ.रश्मी अंकुश कौलवार,**

CA अंकुश कौलवार, पंढरपूर यांच्या सुविद्य पत्नी. वाणिज्य शाखेत पदवीधर, कुकिंग मध्ये डिप्लोमा, MS CIT कंप्यूटर कोर्स. अंतराष्ट्रीय महिला संघटन इनर व्हील क्लब ऑफ पंढरपुरच्या सचीव म्हणून कार्य आणि सक्रिय सदस्य. Podcost, YT shorts, NJOTO वर voice recorder म्हणून कार्य.500 पेक्षा जास्त ऑनलाइन काव्य स्पर्धेत विजेती. अनेक online काव्यसम्मेलनात सहभाग. अनेक काव्यसंकलन मध्ये सहभागिता. १)रश्मि की काव्यांजलि, २)हृदय स्पर्शी, ३)आस्था की दिव्य ज्योति, ४) मन से मन तक, ५) आगाज़ नए सफ़र का, हे हिंदी काव्यसंग्रह Amazone, Flipkart Kindle वर प्रकाशित. मराठी "स्मृतिगंध" लवकरच प्रकाशित होईल.

# अनुक्रमणिका

# सहवास

अतृप्त तना-मनाला तुझा सहवास हवाहवासा
का वाढते तृष्णा न जाणो होतो भ्रमनिरास कसा

आतुर तुझ्या सहवासाला मन चकोर-चांदवा
विरह वेदनेला देईल हा प्रेम अभास दिलासा

काळजाला निरंतर घायाळ करतो हा दुरावा
निष्पर्ण भावनेला आठवणींचा सुवास जरासा

आता कशी रोखू मी तुज भेटण्याची पिपासा
किती सोसू हा एकटेपणाचा कारावास नकोसा

तडपते तुजविन सख्या जणू पाण्याविना मासा
तळमळतो प्राण, चांदण्या विना चंद्राचा जसा

प्रेमात तृष्णा का तृप्ती "रश्मी" कर ना खुलासा
मज सहन होत नाही दुराव्याचा हा त्रास असा

# अपेक्षा

अपेक्षा हा तीन अक्षरी शब्द ज्याचे ओझे फार
मनुष्य उगाच जीवनभर वाहतो याचा भार

निरपेक्ष राहणे हेच सुखी जीवनाचे सार
दुसऱ्याकडून कशाला घ्यावा अपेक्षाचा आधार

अपेक्षाभंगाचे दुःख आभाळापेक्षा मोठं
पूर्ण झाली नाही अपेक्षा की मन होतं छोट

अपेक्षा मुळेच माणसाची होत असते उपेक्षा
अपेक्षेत उठण्यासाठी द्यावी लागते अग्निपरीक्षा

नको अपेक्षा, नको उपेक्षा, नको त्या अनपेक्षा
मनसोक्त जीवन जगा, वाढवा मनाच्या कक्षा

# राजभाषा मराठी

अमृताहूनी गोड परी जपली संस्कृतीची खोली
राजभाषा मराठी असे आमची मायबोली

ज्ञानेशाची ओवी, तुकोबांची अभंगवाणी
साधुसंताच्या भक्तिरसात तुडुंब भरलेली

मर्द मराठी पोवाडा अतुल्य शौर्य गीत गाती
मराठी आमचा बाणा, अभिमान आमचा मराठी

विदर्भीय, कोकणी, मालवणीची फोडणी
प्राकृत असो संस्कृत भावंडे तिची गोमटी

स्वर, व्यंजनाचे साज लेवूनी लिपी देवनागरी
काना, मात्रा, उकार, वेलांटीचे अलंकार शोभती

रसाळ शृंगार गीत, गजल असो वा लावणी
मराठी आमची राजभाषा प्रत्येक हृदयाची स्वामिनी

# अर्ज माझा

अर्ज माझा दाखल केला देवा तुझ्या चरणी,
तुझे प्रेम, भक्ती लाभो देवा हीच माझी मागणी.

माझ्या हृदयाची हवी तर कर पडताळणी,
संभ्रम, संशय दूर करूनी कर तू चाचणी.

विश्वास ठेव तूच तू देवा माझ्या हृदय सिंहासनी,
तुझीच मूर्ती साजिरी शोभते माझ्या मन मंदिरी.

फेटाळू नको अर्ज माझा, नको करू हेटाळणी,
देह, आत्मा तुझाच देवा ऐक हाक विनवणी.

एकरूप व्हावे तुझ्यात दे स्वरूप, सायुज्य मुक्ती,
प्रितीने ओतप्रोत अटळ, अढळ माझी निश्चल भक्ती.

अर्ज नव्हे देवा माझा, हीच माझी आर्त विनंती,
देवा डोळी रहो रूप तुझे, अखंड नाम तुझे मुखी.

# समाधी

अष्टांगयोग सिद्ध अवस्था समाधीची व्याप्ती
देहभाव विसरून जिथे ब्रम्हानंदाची प्राप्ती

तू मी दुजभाव हरवून ऐक्यता जिवाशिवाची
संसार मोहमाया विसरून दिव्य चैतन्य अनुभूती

साधक, साधना, साध्याची चिदाकार वृत्ती
अध्यात्मिक, अलौकिक, दिव्य शक्तीची उत्पत्ती

ध्यान, धारणा एक होऊन कुंडलिनीची जागृती
स्वानंद सुखाची अनुभूती, जिथे नव्हे तृप्ती

एकाग्रता मनाची, ईश्वराशी एकरूप होई बुध्दी
अनुसंधान परमात्म्याशी, लोटांगती साऱ्या सिद्धी

परम सिद्ध अवस्था वसते ज्ञान आणि भक्ती
मनःशांती, चित्तशुद्धी जिथे दिव्यत्वाची प्रचिती

# जीवनाच्या रंगमंचावर

अहो, जीवनाच्या रंगमंचावर
प्रत्येक भूमिकेत बसावे लागते फिट
उत्तम अभिनय साकारला तरच
आयुष्याचा चित्रपट होईल सुपरहिट

सुखकर असेल जीवन चलचित्र प्रवास
तर कधी वाट्याला कष्टाची पायपीट
जे असेल स्वीकारून पुढे चालायचे
फक्त आपली भूमिका साकारायची नीट

नसतो इथे कधीच रिटेक
समरसून कार्य करावे होऊनी धीट
स्व-मेहनतीने संधीचे सोने करावे
डोक्यावर असेल यशाचा सुवर्ण किरीट

# आई तू नसल्यावर

आई तू नसल्यावर
हे जग सारेच शून्य
जन्म तुझ्या पोटी झाला
होते मोठं पूर्वपुण्य

कोण नाही जगी माझे
हरवेल छत्रछाया
पोरका म्हणेल जग
अटेल प्रेमाची माया

कोण करणार नाही
तहान भुकेची चिंता
आधार शोधू ग कुठे?
तू माझा भाग्य नियंता

मी मोठा व्हावा म्हणून
खाल्यास किती खस्ता
कोण दाखवेल मला
आयुष्यात योग्य रस्ता?

असता आई पाठीशी
तोच जगी भाग्यवंत
संस्कार शिदोरी जपा
होशील तू कीर्तिवंत

# आधार पितृत्वाचा

आई शीतल चंद्र वात्सल्याचा, संस्कारसूर्य बाप आहे
आधार पितृत्वाचा असता, संघर्षात धैर्य अमाप आहे

चटके लागत नाही दुःखाचे, पितृ छत्र असता दोईवरी
कासवापरी पोषण करतो, प्रेमाला कुठे मोजमाप आहे

पित्याची भिस्त असता, शिस्त लागते जीवनाला
आई मृदू तर पित्यास का कठोर होण्याचा शाप आहे?

यशाच्या आकाशी भरारी घेताना बळ मिळते पंखाला
विश्वास देउनीया प्रेरणा देतो, प्रोत्साहनाची थाप आहे

पिता सांभाळतो सारी जबाबदारी, संसाराचा भार तेव्हा
नसते कुठलीच चिंता, नसतो कुठलाच ताप आहे

अंगाखांद्यावर मिरवले तुला ज्याने निस्सीम प्रेमाने
वाटून घे दुःख कधीतरी, पित्याच्या मागे जे व्याप आहे

ज्याच्यामुळे अस्तित्व तुझे जाणीव ठेव पितृ ऋणाची
नसला अवतीभोवती जरी, श्वासात गुंफलेला जाप आहे

# मामाच्या गावाला जाऊया

आजकाल आधुनिक युगात दुरावली नाती
आणि हरवला प्रेम, मायेचा तो ओलावा
आता उन्हाळी सुट्टीत मिळत नाही पुन्हा
मामाच्या गावाचा प्रेमळ तो विसावा....१

मोबाईल, टिव्ही, व्हिडिओ गेम खेळण्यात
आता साऱ्यांचे बालपण झाले आहे बेधुंद
स्वतःच्या आवडीसाठी सुद्धा सवड नाही
आज मुले जपत नाहीत कुठलाच छंद...२

समर कॅम्प, एक्स्ट्रा क्लासेसच्या नादी लागून
गमावतात उन्हाळयाच्या सुट्टीचा आनंद
सर्व मुलांना आता ओढ नाही नात्यांची
पिकनिक, पार्टी, मौज मस्तीत झाली धुंद...३

मामाच्या गावाला लेकी सूनाच्या मुलांची
पूर्वी खूपच मोठी, लांबशी फौज असायची
लपाछपी, पतंग उडवणे, कैऱ्या चोरणे
छोट्या-मोठ्या गोष्टीत केवढी मौज असायची..४

खूप खेळून सुद्धा घरी जायचे घ्यायचे ना नाव
दमून मामीच्या जेवणावर मारायचे सारे ताव
आंबे, चिंचा, कैऱ्या खायची असायची हाव
पिझ्झा, बर्गर, आईस्क्रीमला नहुता खूप भाव...५

हरवलेले ते मामाचे प्रेम, स्नेह मिळवू या
पुन्हा नव्याने तो गमावलेला आनंद मिळवू या
बालपणीचा अमूल्य काळ सुखाचा जगू या
चला चला सारे मामाच्या गावाला जावू या..६

# आजचा युवा

आजचा युवा दुधारी तलवार
आधुनिक तितकाच जपतो संस्कार
अत्यंत क्रियाशील आणि उर्जावान
सर्व क्षेत्रात अग्रेसर अवगत तंत्रज्ञान

आजचा युवा भविष्य देशाचे
शक्ती, बुद्धी, युक्तीने अशक्य शक्य केले
उच्च कर्तृत्व, उत्तम नेतृत्व, उत्कृष्ट वक्तृत्व
जमिनीपासून अवकाशपर्यंत नाव कोरले

आजचा युवा नवक्रांतीची मशाल
जगाला जोडले वापरून माहिती तंत्रज्ञान
मागे वळून पाहत नाही विज्ञान त्याची ढाल
बिनधास्त, आनंदी, हरहुन्नरी आणि बेमिसाल

# पहिली भेट

आठवते का तुला प्रिया?
लग्न ठरल्यानंतर आपली पहिली भेट
फोनवरच व्हायचा संवाद
पहिल्यांदाच नजरानजर झाली थेट

काळजाची वाढती धडधड
पोटात उडाले असंख्य फुलपाखराचे थवे
लाजेने चूर झालेल्या पापण्या
पाहून तुला डोळयांसमोर चमकले काजवे

शब्दच फुटत नहुते ओठातून
पाहत होतास तू जेव्हा चोरट्या नजरेने
खुणावत होतास कातील डोळयांनी
घायल झाले मी तुझ्या एका इशाऱ्याने

सळसळती वीज संचारली तना मनातून
समजले ना काय जादू केलीस मोहक स्पर्शाने?
त्या क्षणी विरघळून गेले तुझ्यात मी
आज ही आठवते ती पहिली भेट मोठ्या हर्षाने

# हे जगणे गाणे व्हावे

आयुष्य सारे मैफिल व्हावे, वेदनेचे ही सूर व्हावे
हे जगणे गाणे व्हावे, आनंदाचे तराणे व्हावे

हृदयाचे झंकार व्हावे, भावनांचे गीत व्हावे
व्यथांचे संगीत व्हावे, साज होऊनी ओठी सजावे

नको कटुता, वैरभाव सारे विसरून जावे
मनामनातून प्रेम फुलावे, जीवन सारे सुगंधी व्हावे

दुःखाचे ही निर्माल्य व्हावे, अश्रूंतून वाहून जावे
सुख सरींनी बरसावे, आयुष्य चिंब चिंब भिजावे

क्षण कशाला मोजत बसावे, मनसोक्त जगून घ्यावे
जगण्याला नवे अर्थ द्यावे, स्वप्न सारे साकार व्हावे

अनुभवातून शिकत जावे, कधी वेडे कधी शहाणे व्हावे
हे जगणे गाणे व्हावे, आनंदाचे ताराणे व्हावे

# आयुष्याच्या थाळीत

आयुष्याच्या थाळीत देवाने
सर्व चवीचे पदार्थ ठेवलेत वाढून
सर्वांची लज्जत घ्यावी चाखून
द्यायचे नाही काहीच टाकून

आयुष्याच्या थाळीत असते
कधी पंचपक्वान्न, कधी भाकर शिळी
आयती मेजवानी मिळाली तरी
मेहनतीची गोड लागते चटणी भाकरी

आयुष्याच्या थाळीत असतो
सुख-दुःख प्रेम-ईर्ष्या कित्येक भावनांची भेळ
समरसून पोटभर आस्वाद घ्यावा
तरच जीवनाचा साधेल सुरेख ताळमेळ

# पंढरीची वाट

आषाढी कार्तिकीचा अलौकिक थाट
विठ्ठल भेटीचा वारकरी घालती हो घाट
भक्ती मार्गाचा वारी सुलभ हा घाट
नाम कीर्तनात चालती पंढरीची वाट

टाळ, मृदुंग घेऊनी निघाले वारकरी
भक्त मिलनास आता आतुर श्रीहरी
हा सुख सोहळा दुर्लभ त्रिभुवनी
हरिनाम गजरात दुमदुमली पंढरी

विसरून सारे मोह, संसाराचे पाश
पांडुरंग चरणी लगलासे ध्यास
भक्ति पंथ चलताना सोसूनी त्रास
डोळे भरून पहावा देव हिच आस

ऊन, वारा, पाऊसाची न करी चिंता
फक्त भगवंत भेटीची आस मनी चित्ता
तहान, भूक विसरून चाली पंढरीचा रस्ता
म्हणे तळमळी जीव विठ्ठला दर्शन दे आता

# अजून काही

इच्छांचे तारे सावरतांना अजून काही उरले नाही
माझे माझे म्हणताना तृप्तीने मन भरले नाही

सारी संपन्नता असूनही मोहाचे धागे टूटले नाही
सुख चंद्र हाती आला तरी लोभ सारे सूटले नाही

सुखाची ओंजळ भरली तरी अजून मागणे संपले नाही
भरभरून घेताना निरपेक्षता थोडी राहिली नाही

निराशेच्या अंधारातून आशेचा कवडसा  दिसला नाही
हारता हारता जिंकण्याचा आनंद कधी गवसला नाही

अजून काही अजून काही मागतांना इच्छा संपल्या नाही
जीवनात कितीही मिळाले तरी मागण्या सरल्या नाही

# इच्छा

इच्छा का होते सर्व सुखसोई कमावण्याची
कितीही मिळाले तरी आणखी मिळवण्याची

झोळी भरली सर्व जरी समृद्धिने तरी
मनी नसते अपेक्षा, मुळी समाधानाने राहण्याची

इच्छा रूपी तहान ही गरज तिला तृप्तीची
वाढत जाते लिप्सा ही अनंत भोग भोगण्याची

एक इच्छा पुर्ती ने पुन्हा वृद्धि होते दूसरीची
एक संपली की दूसरी मालिका जणू प्राप्तीची

राहिली जरी सुप्त इच्छा, वेदना देते दुःखाची
निरंतर मनात सल देते हार आणि गमवण्याची

का होते इच्छा ही समजत नाही रश्मी कधी
जी सुख आणि दुःखाची कारण बनते मणुष्याची

# आईच्या कुशीत

ईश्वरतुल्य आईच्या कुशीत त्रिभुवनाचे सुख
प्रेमाने भरलेली वात्सल्याची ऊब
दिव्य अनुभूतीत शब्द होती मूक
कधीच तृप्त होत नाही मायेची भूक

आईच्या कुशीत दुःखाचा निचरा
विसरून वेदना, सुखाचा निवारा
क्षणार्धात दूर दुष्कामनाचा कचरा
आशीर्वाद, शुभेच्छांचा शितल वारा

आईच्या कुशीत वाटते सुरक्षित
भावनांचा ओलावा जिथे आंतरिक
निःस्वार्थ प्रेम कसे करू परिभाषित
त्या छायेखालीच भविष्य प्रकाशित

आईच्या कुशीत उदार मातृत्व
साऱ्या चुका पोटात घालणार दातृत्व
तिच्यामुळेच जगी आपले अस्तित्व
म्हणून जगात श्रेष्ठ आहे तिचे स्त्रीत्व

# जीवनाचा आधार ती

ईश्वरीय दैवी कलाकृतीचा आविष्कार ती
अलौकिक दिव्य गुणांचा साक्षात्कार ती
वात्सल्य, स्नेह, प्रेम अमृताची धार ती
जगण्याचा सार ती, जीवनाचा आधार ती

माता, भगिनी, सुता कर्तव्याचा भार ती
पत्नी, प्रेयसी, मैत्रीण निष्ठेचा अंगीकार ती
जीवन मंचावर भूमिकेत उत्तम किरदार ती
जगण्याचा सार ती, जीवनाचा आधार ती

हिन पुरुषीमानसिकतेची तिरस्कार ती
वासनांध विकृतीची वारंवार शिकार ती
आता लढण्यास सज्ज क्रांतीची अंगार ती
जगण्याचा सार ती, जीवनाचा आधार ती

सुंदर चतुर आधुनिकतेचा साज श्रृंगार ती
कोमल, मृदू तितकीच धगधगती ज्वार ती
आज झेप घेण्यास आतुर बलवंती घार ती
जगण्याचा सार ती, जीवनाचा आधार ती

जिद्द सचोटी मेहनतीने करे हर शिखर पार ती
सर्व जगाला जोडणारी अदृश्य अशी तार ती
सर्व क्षेत्रात अग्रेसर आजची यशस्विनी नार ती
जगण्याचा सार ती, जीवनाचा आधार ती

# उंबरठा

उंबरठा म्हणजे मर्यादेची चौकट का लादलेले बंधन
स्त्री लाच का सामजिक रीती रिवाज, सीमेचे कुंपण

आज एकविसाव्या शतकात अत्याधुनिक झाले जन जीवन
तरी अजूनही स्त्री लाच का लक्ष्मणरेषे चे रिंगण

उंबरठा ओलांडून स्वर्गापरी घर फुलवते करते नंदनवन
आयुष्यभर झिजते घर दार, कुटुंबासाठी होऊनी चंदन

उंबरठा ओलांडला की होते पाप, लावले जाते लांछन
मातीत जरी पडले तरी मलिन होते का कधी कांचन

उंबरठा ओलांडूनच गाठू शकेल ती स्वप्नांचे ऊंच गगन
लक्ष्मी, सरस्वती होऊनी सार्थ करेल जीवनाचा प्रत्येक क्षण

# उगाच का रडत बसावे

उगाच का रडत बसावे दुःखाला द्यावी हुल
हसत खेळत मांडावी सुखी संसाराची चुल

जीवन गाणे गातच जावे आनंदित होऊन
जगण्याचा उत्सव व्हावा, द्यावी वेदनेला भूल

संकटे आली तरी जायचे नाही हो घाबरून
हसत बहरावे जणू काटयावर गुलाबाचे फूल

काय हाती येईल रडत सहानभूती मिळवून
जीवन असतेच मुळी कधी फूल, कधी शूल

रश्मी रडायचे नाही, अश्रूंचे ही हसू सजावे
निरागस,निःस्वार्थ जणू छोटे बालिश मूल

# देवाशी संवाद

उगीच वाटलं आज देवाशी संवाद साधावा
आपल्या आयुष्याचा लेखाजोखा त्याच्या समोर मांडावा

सर्व म्हणातात तू असतोस नेहमी आमच्या पाठीशी
मग एवढी मोठी संकटे आमच्याच का गाठीशी

एक खातो तुपाशी, दुसरा का असतो उपाशी?
कोणाची गरज पुरत नाही, दुसऱ्याच्या सुखसोयी उशाशी

एक प्रश्न सोडवला की दुसरा पुढे उभे राहतो
आयुष्याचा गुंता सोडवताना आम्ही नाकीनऊ होतो

आज बेईमान, खोट्याच्या शिरी सोनेरी ताज
खरंय, ईमानदारीने जगायची वाटतेय आता लाज

पैसा, प्रतिष्ठा, मानसन्मानाला आहे किमत मोठी
स्वार्थापुढे माणसातील माणुसकी झाली छोटी

आज गुंड नेत्यांसमोर झुकते दुनिया सारी
जगण्यासाठी धडपडते गरीबी बिचारी

हसून देवाने मला दिले समाधानाने उत्तर
कर्म करत रहा तू, संकटे असतील जरी सत्तर

दुर्लभ मनुष्यजन्म मिळाला ही तुझी पूर्व पुण्याई
पापचार करून व्यर्थ घालवू नको तुझी कमाई

# आरोग्य

उत्तम आरोग्य हीच गुरुकिल्ली यशस्वी जीवनाची
सुदृढ शरीरच हमी देते आपल्याला दीर्घायुष्याची

चांगले स्वास्थ्य असणे हीच अनमोल संपत्ती
योग्य आहार -विहार हीच उत्तम आरोग्याची युक्ती

दैनंदिन व्यायामाने होईल चांगल्या आरोग्याची प्राप्ती
नित्य प्राणायामाने मिळेल शारीरिक, मानसिक शांती

तान तणाव, चिडचिड ने वाढवू नका तुम्ही बी.पी.
दिलखुलासपणे हसुन जगून रहा तुम्ही हॅपी

बाहेरचे खाणे टाळून मिळवा रोगांपासून मुक्ती
आरोग्यम धनसंपदा' लक्षात ठेवा ही उक्ती

# उधळण झाली

उधळण झाली आकाशावर चैतण्याची
पसरली आभा तेजस्वी आदित्याची

केशर सोनेरी रश्मीनीं उजळली प्राची
चाहूल ती भास्कराच्या आगमनाची

दशदिशा न्हाल्या रंगात केशर कस्तुरी
हर्षोल्हासाने पानेफुलें ती बहरली

उमलल्या कळया उन्हे पडता कोवळी
भिजली दवबिंदूनी पाकळी पाकळी

चराचरात उन्माद रात्र सरली निराशेची
सोडा आळस तो आशेची पहाट झाली

# उशीर झाला

उशीर झाला हा शब्द करतो पश्चात्तापाची जाणीव
काळ हातून निसटून गेल्याची होते मग उणीव
व्यक्त व्हायला उशीर झाला की सारेच संपते
सगळं सावरून घ्यायला वेळ कुठे उरते

समजून घ्यायला उशीर झाला की नातेच तुटते
एकमेकांची किंमत वेळ गेल्यावर कळते

वेळीच पोहचायला उशीर झाला की क्षण निसटते
नंतर पोहचून काहीच उपयोगाचे होत नसते

लक्ष्य गाठायला उशीर झाला की सैरभैर होते
आयुष्याची दिशाच मात्र हरवून जाते

नातं जपायला उशीर झाला की सारेच हरवते
आयुष्यात सांभाळायला काहीच नाही उरते

# माझी आई माझी ताकत

ऊर्जा देणारी माझी आई माझी ताकत माझ्या जीवनाची शिल्पकार
संस्कार देऊन घडवले जिने, शिक्षित करून दिला मला आकार

प्रत्येक परिस्थितीत पाठीशी उभी बनून मजबूत आधार
खावून अनेक खस्ता जिद्दीने केली प्रत्येक स्वप्न साकार

सोशल मीडिया पासून दूर असूनही सखोल ज्ञानाचा भांडार
दिखावा, बडेजाव कधीच केला नाही साधेपणाचा सार

आधुनिकतेपासून नेहमीच लांब, दिला मायेचा पदर
प्रत्येक जबाबदारी कर्तव्य निभवण्याची नेहमीच सादर

थोरामोठ्यांचे, पाहुण्यांचे स्वागत करण्यास नेहमीच तत्पर
साऱ्या प्रश्नांची तिच्याजवळ सापडायची हमखास उत्तर

कामाचा कंटाळा, आळस कधीच तिला माहित नाही
थकलेली, रागवलेली आई मला स्वप्नातही दिसत नाही

चार पैश्या पेक्षा तिने खूप माणसे आणि नाती कमावली
माझ्या आई सारखी बाई मी या जगात नाही पाहीली

# ऋणानुबंध

ऋणानुबंध ना उरले नात्यात आता
अनुबंध ना राहिले हृदयात आता

ऋण ना मानती, स्वार्थी झाली नाती
प्रेम, ओलावा ना अंतरी शब्दात आता

ऋतूचक्रा प्रमाणे बदलतात माणसे हल्ली
सौख्य ना वाटते परतता घरट्यात आता

ऋणनिर्देश न करती गरज सरल्यावर
कर्ज ना राहिले मनुष्य जन्मात आता

ऋषी, मुनी, गुरू प्रती आदर ना उरला
तथ्य ना राहिले वादविवादात आता

ऋतू प्रेमाचा वसंत फुलतं नाही मनी
दुःखाचा शिशिर उरला जगात आता

# एक तरी नातं असावं हक्काचं

एक तरी नातं असावं हक्काचं
जिथे असेल प्रत्येक प्रश्नाचे उत्तर
भक्कम कवच असावं विश्वासाचं
संकटे असली जरी सत्तर

एक तरी नातं असावं हक्काचं
दुःखात रडून होईल मोकळे मन
आश्वासक खांदा मिळेल जिथे
नसेल कुठल्याच गोष्टीचे बंधन

एक तरी नातं असावं हक्काचं
जिथे प्रेम, माया, स्नेहाचे लिंपन
बडेजाव, खोटेपणा, दिखावा नसेल
आपलेपणा, माणुसकीचे शिंपण

एक तरी नातं असावं हक्काचं
आधार होऊन व्हावं विश्वासाचं छत्र
आयुष्याच्या प्रत्येक वाटेवर
साथ सोबत करावी होऊन मित्र

एक तरी नातं असावं हक्काचं
जिथे दिलखुलास पणे जगता यावं
मन रित्त करून मुक्त व्हावं
असे मन मोकळे पणाने हसता यावं

# एक दिवस शाळेसाठी

एक दिवस शाळेसाठी नक्कीच काढायला हवा
गतकाळाच्या स्मृतींचा फळा नव्याने उजळायला हवा

मित्रांचा तो थवा पुन्हा कट्ट्यावर सजायला हवा
सारे राग, लोभ विसरून एकत्र डबा खायला हवा

बाईची ती छम-छम छडी पुन्हा हातावर बसावी
जीवनातील चूक तिथेच समजायला हवी

ज्ञानाचं ते दप्तर पुन्हा पाठीवर यावं
अनुभवाचं ज्ञान डोक्यात पुन्हा शिरावं

पाटी, पेन्सिल, पुस्तके जरी हातांत नसतील
शिक्षणाचे धडे नक्कीच तिथे मिळतील

राष्ट्रगीत गाऊन देशासाठी जागेल अभिमान
पुन्हा नव्याने जागेल शाळेसाठी सन्मान

खरंच आजही एक दिवस शाळेसाठी हवा
यशस्वी जीवनाचा सार नव्याने समजावा

# एकत्र राहण्यासाठी

एकत्र राहण्यासाठी अक्षता नाही
Understanding असावं लागतं
मंगळसूत्र नाही तर विश्वासाचं घट्ट
Bonding असावं लागतं

एकमेकांची साथ देण्यासाठी प्रेम
Out standing असावं लागतं
सप्तपदी नाही तर एकमेकांशी
Connecting असावं लागतं

संसार सुखाचा होण्यासाठी
Fixing असावं लागतं
कधी कडू भांडण तर कधी प्रेमाचं
Mixing असावं लागतं

# ढब्बू मिर्चीचे लग्न

एकदा ढब्बू मिर्चीचे लग्न ठरले
सर्व भाज्यांना निमंत्रण पोहचले
सर्व वऱ्हाडी तयारीला लागले
नटून थटून मिरवणुकीला पोचले

भेंडी, गाजर, काकडी खूप नाचले
बीट, मुळा, कोबीने गाणे गायले
मिर्ची, कोथिंबीर काम करून थकले
वांगे, बटाटे, रताळे ठान मारून बसले

हिरव्या शालुत पाहिले नवरी कडे
चवळीच्या शेंगेने तोंड केले वाकडे
माझ्या सारखी मीच स्लिम ट्रिम गडे
सर्वांच्याच नजरा बाई माझ्याच कडे

डुलत डुलत भोपळ मामा आला
जावई दोडका रुसून कोपऱ्यात बसला
बाळ पालक, मेथी, चुका उन्हात सुकला
टोमॅटो बाईने फुटून तर पचकाच केला

सासरे कडू कारल्याने पैसे मागितले
हुंड्याच्या मागणीने सारेच हादरले
भाऊसाहेब कांदेराव रडतच आले
हुंड्यासाठी ढब्बू मिर्चीचे लग्न मोडले

# आठवणी शब्दांत वर्णू कशी

ऐक सख्या,

मनाच्या दर्पणात स्वतःच डोकावू कशी
स्मृतींच्या प्रतिबिंबाला भेटू कशी.....

दूरदर्शन सारख्या कैद स्मृतिपटलावर
वास्तवात त्यांना साकारू कशी......

रंगीबेरंगी आठवणींना मनाच्या कुंचल्यातून
भावचित्र शब्दांत रेखाटू कशी......

सोपं नाही स्मृतींना कागदावर उतरवणं
मधुर आठवणी शब्दांत वर्णू कशी......

अबोल, अव्यक्त, निर्मल भावफुलांना
गुपित ओठांवर आणून उघडू कशी......

अनमोल स्मृतींना जपले हृदयाच्या पेटीत
चव्हाट्यावर त्यांना आणू कशी.......

# सुखाचे चांदणे

ऐक सख्या, सुखाचे चांदणे होऊनी मनाच्या नभांगणी मी चमकावे
घमघमता तुझ्या ओंजळीतला मोगरा होऊन मी बहरावे

उन्मुक्त गुलाबापरी ओठातून तू गझल होऊन उतरावी
एका सूरमयी प्रणयाधीर सांजेला तुझ्यासोबत मी जगावे

तुटून ताऱ्यापरी सीमित असमंताचा परीघ लांघावा
तुझ्या नाकारातला होकार ऐकून तुझ्यात मी विरघळून जावे

नको बोलूस तुझ्या निशिगंध ओठांनी, कळते मज भाषा डोळयांची
इशारा तुझा समजून हळूच तुझ्या मिठीत मी शिरावे

राहूदे तुझे दाटलेले अभाळ तुझ्याच अंतःकरणी साजणी
निरंतर प्रेम सरी होऊनी तू माझ्या तनामनावर बरसावे

प्रेम सुखाचे चांदण्यांनी उजळून टाकू दे साऱ्या अंधार दुःखाचा
आयुष्याच्या खजिण्यातून अमूल्य रत्नापरी क्षण वेचावे

निरोप तुझा घेतांना पुन्हा पाय दारातच अडखळावा
लाजेने चूर होऊन चुंबन घेण्यास ओठ तुझे अधीर व्हावे

# नजरानजर

ओझरत्या क्षणात तिची नजरानजर
हरवले मन, हृदयात वाजले गजर

गुंतले मन तिच्या काळयाभोर डोळयांत
बेभान होऊन, चित्त नव्हते थाऱ्यावर

गोड शिरशिरी तनामनातून वाहून गेली
अंगी रोमांच, आनंदची उठली लहर

मंत्रमुग्ध स्तब्ध करणारी ती नजरानजर
वार करुनी काळजावर केला कहर

छुपा नजरेचा इशारा समजला नजरेला
मनामनात फुलला मोहक प्रेमाचा बहर

क्षणाची तिची-माझी ती नजरानजर
जुळवली मने, कमी करून गेली अंतर

# रूप पाहुनी

ओठ तुझे गुलाब पाकळी नैन हे शराबी।
आरसपाणी सौंदर्य तुझे गं गाल गुलाबी।।ध्रृ।।

नीलवर्ण नभाची तू गं शुक्राची चांदणी।
स्पर्श तुझा हवाहवासा तू लावण्यखणी।।१।।

दरवळतेस तू सुगंधी मोहक रातराणी।
तृप्त कर तनमना बरसून गं प्रेमसरी।।२।।

सौंदर्याची मूर्ती तू गं अप्सरा धरतीवरी।
शब्द कुठून आणू तू गं रूपाची स्वामिनी।।३।।

सखे तू गं रूप लावण्याची खाणी।
घायळ झालो मी गं तुझे रूप पाहुनी।।४।।

# औदार्य

औदार्य असता मनी सत्कर्माचा वास होतो
दातृत्व असता अंगी पुण्याचा निवास होतो

ईश्वराने दान दिले मुक्त हाताने रिक्त करावे
दानधर्म करताना दुःखाचा ही सुहास होतो

काय घेऊन आलो अन् काय घेऊन जाणार
माहित नाही कधी जीवन अंतिम श्वास होतो

दयाभावाने कनवाळू असावे आपले अंतकरण
दुसऱ्याचे दुःख वाटताना वेदनेचा सुवास होतो

माणसाच्या मनी माणुसकीचा झरा झुळझुळवा
तरच दगडातील देवावरही त्याचा विश्वास होतो

उदारपणे जाणीव ठेऊन, मदत करावी इतरांना
औदार्य गुणाने मग साऱ्या पापांचा ऱ्हास होतो

# औषध

औषध गैरसमजुतीचे मनातील विश्वास
तुटू देत नाही नाती, दूर करतो भ्रमनिरास
नात्यातील कटूतेचा दूर करूनी त्रास
विश्वास बंधाने नाती जुळतात हमखास

औषध दूर करते जरी शारीरिक रोग
तरी सुटत नाहीत आपल्या पापाचे भोग
मानसिक आजारावर होत नाही उपयोग
त्यासाठी करावा ध्यान, धारणेचा प्रयोग

औषध नाही मात्र मानवी स्वभावासाठी
कारण जगात व्यक्ती तितक्या प्रकृती
बदलत नाही स्वभाव कोणी कोणासाठी
स्वभावावरून कळते मानवी संस्कृती, विकृती

# भक्तिची ज्योती

अंतरी भक्तिची ज्योती निरंतर जळू दे
हृदयी ब्रम्ह चैतन्याची दीप्ती उजळू दे

कृपा भगवंताची असता षडरिपु जाती
मनातून सुप्त विकारांची आसक्ती गळू दे

श्रध्देचा मांडव घातला मनाच्या अंगणी
भावभक्तीची जाई जुई अंतरंगी दरवळू दे

पाप ताप नाहीसे व्हावे जगाचे सारे
दुःख दुरितांचे पाहता मन कळवळू दे

भगवंत असता पाठीशी चिंता कशाची
शुद्ध मनातून निर्मल हास्य खळखळू दे

बंधमुक्त व्हावे संसार पाशातून रश्मी
आता चित्त परमात्म साधनेत वळू दे

# सारे म्हणतात तू कविता करते

अंतरीचा भाव शब्द रांगोळीत मांडते
कल्पनेच्या रंगानी सुंदर रंग भरते
सर्वांच्या चित्ताला आकर्षित करते
सारे म्हणतात तू किती छान कविता करते

प्रेम, विरह, व्यथा सारे शब्दांत सजवते
अलवार श्रोत्यांच्या मनाला स्पर्श करते
शब्दांनीच हसवते, रडवते, भाव खुलवते
सारे म्हणतात तू किती छान कविता करते

भावनांचे चांदणे मन आकाशात सजते
हृदयीच्या कागदावर हळुवार चकाकते
कल्पनेच्या मोहक दुनियेत मी रमते
सारे म्हणतात तू किती छान कविता करते

# देव्हारा

अंतर्मनाचा देव्हारा त्यात परमेश्वर मुर्तीमंत
शोधतो त्यासी बाहेरी, एवढीच मजला खंत

ईश्वर प्राप्ती सी कर्म, योग, भक्ती मार्ग सुपंथ
नका शोधू कुठे ही, हृदयीच वसतो भगवंत

अगणित रुपे त्याची, नाम त्याची ही अनंत
नामस्मरण करा त्याचे, तोची जगी पुण्यवंत

व्यर्थ नका घालू वेळ, नका बसू निवांत
निर्मळ मन करुनी, अवघे चित्त करा शांत

एकनिष्ठ भक्ती करा, पाप ताप करा अंत
भवसागर पार करील, प्रभू तोची कृपावंत

मनाचा देव्हारा भक्ती ज्योतीने उजळून संथ
मूर्ती दिसेल ईश्वराची, दूर होईल सरी भ्रांत

# तुझं माझं जमेना

अंबट गोड नातं आपलं जगाला कळेना
प्रेम रंगात नाते आपले काही रुजेना
तू तू मी मी प्रीत कळी काही खुलेना
तुझं माझं जमेना तुझ्यावाचून करमेना

असतो कधी राग, रुसवा, फुगवा
क्षणात मिठीत सारे शिकवे विरतील ना
प्रीत गंधाची खुलता कळी खुलेना
तुझं माझं जमेना तुझ्यावाचून करमेना

गोडी गुलाबी चा संसार आपला फुलावा
एकमेकांशिवाय दिवस आपला सरेना
क्षणार्धात रुसव्याचा फुगवा निघेना
तुझं माझं जमेना तुझ्यावाचून करमेना

आपण राजा राणी गुण्यागोविंदे राहूना
विसरून सारे राग लोभ पुन्हा प्रेमात पडूना
नात्याचा गोडवा कधी कमी होईल ना
तुझं माझं जमेना तुझ्यावाचून करमेना

# कधी कधी

कधी कधी सर्वकाही माहीत असूनही
मूग गिळून शांत बसावं लागत

नातं जपण्यासाठी मौन रहावं लागतं
राग राग करून काहीच मिळत नसतं

शब्दाने शब्द वाढला की नातं दुभंगत
कोणत्याही मलमपट्टी ने नाही जुळत

शब्द अपशब्द काळजावर वार करतात
भांडण मिटल तर मनात घर करतात

बोलून जाते फक्त तोंडाची वाफ
विसरून कोणी करत नाही माफ

आपली सहनशक्तीत अर्थ असतो गहन
मौन राहून करता येत मनन अन चिंतन

म्हणून सर्व माहित असून शांत बसावं
वेळ आली की पितळ उघड पडावं

# कधी गुलाब कधी मोगरा

कधी प्रेमाचा सुगंधी गुलाब होऊन बहरतेस तू
कधी आठवांचा मोगरा होऊन दरवळतेस तू

सखे दुराव्यात ही हृदयाच्या जवळ भासतेस तू
कधी रातरानी होऊन स्वप्नांत जागवतेस तू

हरवून जाते चित्त माझे जेव्हा एकटक पाहतेस तू
कधी जुईची गोड कली होऊनी ओठी हसतेस तू

जागृती, सुषुप्ती, स्वप्नांत चोहीकडे असतेस तू
कधी सदाफुली होऊन नजरे सामोर भासतेस तू

बेचैन होतो ग मी जेंव्हा जवळ नसतेस तू
कधी सोनचाफा होऊन अंतर्मनात खुलतेस तू

तृप्त होतो चातक प्रेमसरी होऊन बरसतेस तू
कधी प्राजक्त होऊन हृदयाच्या दारी सजतेस तू

# कवितेच्या जगात

कधी प्रेमिका, कधी विरहणी, कधी गोपिका झाले
स्वतःला हरवून कवितेच्या जगात.
सुप्त भाव मनीचे कविता बनून कागदावर सजले
तेव्हा समजले काय जादू आहे शब्दात.

प्रेम -विरह, सुख-दुःख, व्यथा-वेदना झाली व्यक्त
कुठली सल राहायची नाही मनात.
गुप्त भावना मनाची हळुवार व्हायची कवितेत मुक्त
जागा करायची रसिकांच्या हृदयात.

शाबासकी, प्रोत्साहनाने उत्साह वर्धन व्हायचे
मिळायची सर्वांची वाहवाही दाद.
कधी सूचना, मार्गदर्शन, शिकायला मिळायचे
यायचा लेखकांचा उत्स्फूर्त प्रतिसाद.

रस, अलंकार, छंद, वृत्त, शुद्ध व्याकरणाने
काव्यमाला झाली सुसज्जित.
ओवी, अभंग, गझल, मुक्तछंद इत्यादी प्रकाराने
भाव होऊ लागले परिभाषित.

एक लेखिका, कवयित्री म्हणून ओळख मिळाली
काव्यांजली ने सुंदर झाले आयुष्य.
मोहक, काल्पनिक कवितेच्या जगात हरवले मी
"रश्मीचे" उज्ज्वल झाले भविष्य.

# कवितेचा जन्म

कवितेचा जन्म होतो कविमनाच्या गर्भात
तरल, सुखद, मन कल्पनाविश्वाच्या विसर्गात

मनातील भाव कविता साकारते मग शब्दांत
नटते, सजते ती विविध अलंकार, वृत्तात

बारसे तिचे होते कल्पक कवीच्या अंतर्मनात
पाळणा, अंगाई तिचा तुटक्या फुटक्या शब्दांत

मर्म बंधातील शब्दांना लाभते लेखणीची साथ
हळूहळू मोठी होते ती रसिकांची मिळता दाद

तारुण्यात बहरते ओवी, अभंग, गझल रुपात
विविध पेहराव करून मिरवते ती मग थाटात

सौंदर्य परिधान करुनी करते प्रणयाचा शृंगार
वार करते होऊनी क्रांतीचा धगधगता अंगार

कविता अमृत पाझरते जणू भिडते काळजात
कधी कडू औषध होऊनी अंजन घालते डोळ्यांत

कविता कधीच मरत नाही अमर राहते जगात
वाचक, पाठक, रसिकांच्या चिरकाल हृदयात

# असं वाटते मला

का असं वाटते मला
बंद करावे मनाचे दार
नको तिथे प्रवेश भावनांना
नको आता कुठलेही विचार

का असं वाटते मला
नको संसाराचा हा भार
रोजच नवे रडगाणे इथे
सोसवेना आता वेदनांचे वार

का असं वाटते मला
नको ही सुखदुःखाची किनार
किती म्हणून सहन करावे
एक व्यथा संपत नाही दुसरी असते तयार

का असं वाटते मला
मिटावे डोळे लागावे ध्यान
सोडून जावे सारेच जग
कधीतरी प्राप्त व्हावे समाधान
अहो ऐकलं का?

मी अहो ऐकलं का?म्हटले की,
अहो ऐकतात कान टवकारून
आता काय नवी फरमाईश राणी?

घर टाकू नकोस आता दणाणून

मागच्याच आठवड्यात झालं शॉपिंग
अजून करतोय खर्चाची काऊंटिंग
तुझ्या हट्टासाठी काश्मीर ची ट्रवेलिंग
भलमोठ्ठ आहे त्या ट्रीपचे बिलिंग

कितीही घर कामाला बायका असून
किती वेळा जातेस माहेरी रुसून
बहिणी आल्या की बसते तोंड पाडून
आपल्याच हट्टाला बसतेस आडून

तुझा सर्वात मोठा शत्रू माझी आई
जणू सासुरवासच करते तुझा बाई
दिवसभर चालू हातामध्ये मोबाईल
कोणत्याच कामाची करत नाहीस घाई

अहो ऐकलं का म्हणून म्हणून
वाढवतेस माझा रोजच बीपी
कितीही तुझे ऐकून ग राणी
कधीच होत नाहीस मनाने हॅपी

# स्वराज्याचे शिल्पकार

काय महिमा वर्णू अभिमानाने भरते छाती
शौर्य, पराक्रम गाते हिंदवी स्वराज्याची माती
'जानता राजा' म्हणून अवघ्या विश्वात ख्याती
जय क्षत्रिकुलावतंस महाराज शिवछत्रपती

हिंदवी स्वराज्याची रचली हो अमरकहाणी
एक हाती भगवा त्यांच्या एका हाती भवानी
तेजःपुंज शिवरायांनी मोघलांना पाजले पाणी
डोळयांत अंगार परी मधुर, अदबगार वाणी

जागृत केला स्वाभिमान रयतेच्या मनोमनी
स्वराज्य बहाल करुनी अजन्म केले ऋणी
तेज नजर गरुडापरी ज्यांची चाल सिंहापरी
शुर, धुरंधर, विरगाथा गाते सह्याद्रीच्या कपारी

कर्तुत्व,नेतृत्वाचे अधिकारी राजे श्रीमान योगी
स्वराज्याचे शिल्पकार राजे स्वराज्याचे धनी
ऐसा राजा पुन्हा होणे नाही अमर त्यांची कहाणी
धन्य शिवबा,धन्य शिवनेरी,धन्य जिजाऊ जननी

# फुलांचा गंध हा वेगळा

काय ही निसर्गाची किमया
मोहमयी ही फुलांची दुनिया
प्रत्येक फुलांचा गंध हा वेगळा
जणू हा सृष्टीचा अनुपम सोहळा

प्रत्येकाचा रंग, रूप आगळा
आवडीने या फुलांचा वापर केला
एक एक सुमन जोडूनी हार केला
कोणी त्याचा गजरा माळला

कुणाच्या स्वागताशी सजला
कधी तो वरमाला झाला
कधी अंतयात्रेचा भाग झाला
कधी ईश्वर चरणी वाहिला

कुणी गुलाबाच्या मोहात पडला
कुणा रातराणीचा सुगंध भावला
कोणी मोगऱ्याचा दिवाना
जाई जुई चा वेगळाच तराना

कुणी कमळाचा भ्रमर वेडा
मोठी जास्वंदी आवडे सर्वांना
बकुळी,चमेलीचा सुगन्ध निराळा
प्रत्येक फुलांचा गंध हा वेगळा

# आरसा आणि प्रतिमा

कुठे सापडेल का मला मन दाखवणारा आरसा?
जशी आपली प्रतिमा तसेच दर्शवेल तो खराखुरा

नको हा बाह्य सौन्दर्य दाखवणारा हा आरसा
फसवा तो खोटं दाखवून खरं लपवतो हा फारसा

उलट प्रतिबिंब दाखवून भुलवतो हा आरसा
पण कधीतरी अंतर्मन पण दाखव ना रे जरासा

बाह्य रंग रूप सजवण्यात गुंग करतो हा आरसा
अंतर्मनाच्या सौन्दर्याचा विचार नसतो फारसा

सुंदरता खुलवण्यासाठी हवाहवासा हा आरसा
कधी मन दाखवून सुधारण्याची संधी दे बरं का

प्रतिबिंबा पेक्षा प्रतिमा सुधार रे आरसा
सौन्दर्य ढळेलं पण प्रतिमा शाबूत राहील खरे ना....

# कुणी तरी हवं असतं

कुणी तरी हवं असतं मनातले अंतरंग जाणायला
न सांगता काही, स्वभावाचे बहिरंग ओळखायला
कुठल्याही परिस्थितीत साथ सोबत चालायला
प्रेम, विश्वास, सन्मानाने हृदय मंदिरात राहायला

कुणी तरी हवं असतं पडताना आधार द्यायला
विश्वासाचे बळ देऊनी, प्रोत्साहित करायला
आपल्या सुखाचे साक्षीदार तर सारे जग असते
दुःखात खांदा देऊन, आपले अश्रू पुसायला

कुणी तरी हवं असतं आपल्याला आठवायला
विसरले जग सारे, तरी आठवून उचकी द्यायला
वर्तमान जगातून रम्य भूतकाळात हरवायला
स्मृतींच्या मोहक पुस्तकातून गतकाळ जपायला

हो कुणी तरी हवं असतं, असे कुणी तरी हवं असतं....

# वेश्या

कोण म्हणे घाण मोठी, टाकलेले पाप आहे
सभ्य लोकांच्या चुकीचा, हा दिलेला शाप आहे

चूक दोघांची तरीही, भोगते का कोण शिक्षा?
तोंड काळे केलं कोणी, कोण नाही बाप आहे?

भागवण्या भूक पोटा, देहविक्री ती करीते
वेदना अव्यक्त ओठी, जीवनी संताप आहे

रंग लावी चेहऱ्यासी, आत व्यथा कोंडलेली
भोग नाही संपलेले, ना दुःखाचे माप आहे

सज्जनाचे सोंग खोटे, दाखवी साऱ्या जगाला
त्यास टोकण्यास बोलण्या कुणाची टाप आहे

कुस्करावे रातराणी, देई शिव्या तो सकाळी
ओकतो शब्दे विषाचे, झाकलेला साप आहे

कोण वेश्या, कोण पापी? हे विचारावे मनाला
कोवळी कळया खुडे जो, तो जगी निष्पाप आहे

# पत्रांच्या दुनियेत

खजिना आठवणींचा सापडला
पत्रांच्या दुनियेत हरवताना
सुखद त्या भूतकाळात रमले मन
शब्द नी शब्द वाचतांना

किती मोठा होता स्मृतींचा पसारा
गहिवरून आले सावरतांना
आशिर्वाद, शुभेच्छा, सूचनांची पत्रे
सर नाही त्याची आता कशाला

कितीही पारायणे केली तरी
नव्याने उजळवतात आठवणींना
स्वतःला नव्यानेच भेटतो पुन्हा
पत्रांच्या दुनियेत हरवताना

असंख्य मेसेज येतात दररोज
ओलावा नाही तो मोबाईलच्या मेसेज ला
एक सांगू, पत्र नाहीत मित्र आहेत ती
गरज नसते कोणाची जेव्हा असतात सोबतीला

# प्रेमवेडा

खुणवू नकोस डोळयांच्या कातिल इशाराने
तुझ्या नजरेंचा इशारा माझ्या नजरेला कळतो

तू गजरा माळतेस आणि गंध मला बिलगतो
तुझ्या मोहक सुगंधात मी दिवसभर मोहरतो

हासतेस जेंव्हा तू ग ओठावरूनी हात ठेवूनी
गालवरची खळी पाहुनी चेहरा माझा खुलतो

कसे वर्णन करू ग, तुझ्या आरस्पानी सौंदर्याचे
रूप लावण्य पाहुनी ढगाआड तो शशी लपतो

तुला पाहुनी तृप्ती होत नाही तृष्णा वाढत जाते
चातक प्रेमवेडा मी दिनरात तुझी प्रतीक्षा करतो

बरसतेस जेंव्हा तू प्रेम सरी होऊनी ग रश्मी
प्रेमवर्षावात मी बेभान होऊन चिंब चिंब भिजतो

# खूप जड होतं

खूप जड होते अपेक्षांचे ओझे
जे पेलवता ही येत नाही
जीवन सारे निसटून जाते
हाती काहीच येत नाही

खूप जड होते निरोपाच्या वेळी
ज्याला विसरता येत नाही
त्याच्या शिवाय श्वास नाममात्र
त्या विना ना जगता, ना मरता येत नाही

खूप जड होते आठवणीच्या क्षणी
अश्रूं लपवता येत नाही
जीवन व्यापले ज्या क्षणांनी
मनाच्या कोपऱ्यातुन काढता येत नाही

खूप जड होते मनात दुःख साठवणे
जे उघड बोलता येत नाही
एकट्याला मूक सहन करावे लागते
कोणीच साथ सोबत येत नाही

# मुखवटा

खोटं घालून फिरतं सत्याचा मुखवटा
शोधत असतं फसवण्याच्या अनेक चोरवाटा

पाठीत खंजिर खुपसतो असत्य लटका
डाव साधुन घेतो देतो सत्याला झटका

कुठे समजतो मुखवटया मागचा चेहरा
खेळ खेळतो हा रूप बदलुनी मोहरा

दाखवी दुःखात हसू, आनंदात दुःख फसवा
उगीच राग खोटा कधी क्षणार्धाचा रूसवा

भरोसा करू नका धोका देतो हा मुखवटा
आपले काम साधुन हळूच काढतो काटा

# होत नाही

खोट्या जादू टोण्याचा चमत्कार होत नाही
मनी आदर नसतांना नमस्कार होत नाही

हृदय वेदना कागदावर उतरली पाहिजे
चोरुन अनेलेल्या शेरांनी गझलकार होत नाही

आर्त हाक मनाची मनापर्यंत पोचली पाहिजे
उगाच मोठ्या घोषणांचा यल्गार होत नाही

अंतरी वात्सल्याचा पाझर असला पाहिजे
कुठल्याही आईला गर्भाचा भार होत नाही

अतूट विश्वासाची गाठ असली पाहिजे
मैत्रीत मग कुठलाच सोपस्कार होत नाही

दोन तनासोबत दोन मनाचे मिलन पाहिजे
मंगळसूत्र बांधल्याने विवाह संस्कार होत नाही

संकटी भक्कम पाठीशी उभे राहिले पाहिजे
सांत्वना दिल्याने कोणाचा आधार होत नाही

आज लोकशाहीत बहुमत असले पाहिजे
जनतेच्या पाठिंब्याशिवाय सरकार होत नाही

# थांबवा आता

खोट्या पुरूषार्थाचा जयजयकार थांबवा आता
स्त्री स्वातंत्र्यावर होणारा प्रहार थांबवा आता

करती देवी म्हणून पूजा, मनात दासीचा दर्जा
खोटा बनावटी तिचा सत्कार थांबवा आता

तिच्या राहण्या, चालण्या, बोलण्यावर आक्षेप का?
शारीरिक आणि मानसिक अत्याचार थांबवा आता

कपडे वागण्या- बोलण्यावरून करू नका परीक्षा
नजरेचा तो घृणीत बलात्कार थांबवा आता

घरची लक्ष्मी म्हणून डांबून ठेवले चौकटीत
आबला म्हणून पोषणाचा उपकार थांबवा आता

# गंध पारिजातकाचा

गंध पारिजातकाचा मनास मोहरून जातो
अंगणात सडा त्याचा प्रसन्न करून जातो

चंदन केशराचे देठ, शुभ्र सफेद रंगत त्याची
कल्पना विश्वात कवी मनाला जागवून जातो

नाजूक सुरेख रूप, सौंदर्य मनमोहक त्याचे
बहरून सकाळी मन अंगण सजवून जातो

सूर्योदयापूर्वी टपटप थेंबासारखा पडतो दारी
टपोऱ्या अश्रुंसारखा तो वेदना दर्शवून जातो

सत्यभामे दारात रुक्मिणी अंगणी फुले त्याची
त्यागातून समर्पणाची भावना सांगून जातो

चौदा अमूल्य रत्नात पारिजात वृक्षाची गणती
अध्यात्मिक महिमा जगासमोर मांडून जातो

# उमेद

गर्द निराशेच्या काळोखात उमेदीचा प्रकाश
हारू देत नाही कधीच ऊंच भरारीचा ध्यास

कितीही संकटे आली तरी करते त्यावर मात
तुटू देत नाही कधीच हा लढण्याचा अभ्यास

उमेद मावळत्या आशेची तेवती अखंड ज्योत
मावळू देत नाही कधीच जगण्याचा विश्वास

मनाची उमेद म्हणजे सकारात्मकतेचा स्त्रोत
ढळू देत नाही कधीच स्वतःचा आत्मविश्वास

संकल्प-विकल्प जातील, उमेद असेल मनात
उन्मळू देत नाही कधीच दूर करते सारे भास

सतत प्रयत्नशील ठेवूनी उभी करते संकटात
सोडू देत नाही कधीच ही स्वप्नपुर्तीची आस

उमेद कधी हारू नको कानमंत्र ठेव ध्यानात
उगाळू देत नाही कधीच दुःख, वेदना, त्रास

उमेदीतुन सुगंधी पंकज उमलते न चिखलात
डगमगू देत नाही कधीच कर प्रयत्न सावकाश

उद्याच्या उमेदीवर हे अवघे जग चालते रश्मी
संपू देत नाही कधीच जग जिंकण्याचा प्रवास

# माणूस म्हणून जगतांना

**गा**ठीशी असता अमाप पुण्य
तेंव्हाच मिळतो मनुष्य जन्म
परोपकार करावा अनन्य
माणूस म्हणून जगतांना

ध्येय करावे निश्चित
शोधावा जीवनाचा खरा अर्थ
सत्कर्म करूनी देह करावा कृतार्थ
माणूस म्हणून जगतांना

हिशोब ठेवुनी करावा कर्म धर्म
निती न्यायाचा अवलंबावा मार्ग
मनुष्य जन्म करावा सार्थ
माणूस म्हणून जगतांना

जबाबदारी, कर्तव्य पार पडावी
गरजवंताला मदत करावी
मनामध्ये माणुसकी जपावी
माणूस म्हणून जगतांना

# गाव ते गाव असतं

गाव ते गाव असतं
भपकारा नसतो तिथे नसते चकाचौंध शहरासारखी
साधेपणा असतो तिथे दरवळते आपली माती

गाव ते गाव असतं
आपलेपणाची कौलारू तेथे प्रेमाच्या भिंती
शहरासारख्या जरी नसतात मतलबी उंच इमारती

गाव ते गाव असतं
जवळजवळ असतात घरे प्रेमळ माणसे सारी
शहरासारखा दुरावा नसतो व्यवहारापुरती नाती

गाव ते गाव असतं
निर्मळ, स्वच्छ, निसर्गाच सोबती नसते दाटीवाटी
शहरासारखे माणसाचे जंगल आणि प्रदूषण  तिथे नाही

गाव ते गाव असतं
पैसा, नोकरी, प्रतिष्ठा शहरात जरी मिळाली
तरी शहराला आपल्या गावाची सर नाही

# माझी शाळा माझी शिल्पकार

घडवून जिने दिला मला सुयोग्य आकार
माझी शाळा माझ्या जीवनाची शिल्पकार
शिकवले जिने कशी करावी कसौटी पार
यश, कीर्ती, उज्वल भविष्याचा ती आधार...१

आदरणीय शिक्षकांनी वृद्धिंगत केली बुध्दी
सखोल शिक्षण देऊनी ज्ञानात केली वृध्दी
चूक बरोबर समजावून मनाची केली शुद्धी
शिक्षणाने उंचावली नाव, पैसा आणि प्रसिद्धी...२

पाटी, पुस्तक, पेन, वही, दप्तर, फळा, खडू
साहित्याने पुरवले मला जीवनाचे बाळकडू
छडी लागता हातावर यायचे मुळूमुळू रडू
शिक्षेने संस्कार मनावर व्हायचे हळूहळू जडू...३

मुलांची बट्टी डबा खायला मध्यंतरात जमायची
थट्टा मस्करी करत मैत्रीची रुजवात व्हायची
घणघण घंटा वाजली की शाळा सुटायची
उद्या भेटण्याची उमेदीची नवी आस द्यायची...४

मराठी, हिंदी, इंग्रजी वाढवायचे भाषाज्ञान
आधुनिक माहिती तंत्रज्ञान समजावयाचे विज्ञान
इतिहास दर्शवी भूतकाळातील व्यक्ती महान
गणिताने सुटली आयुष्याची कोडी छान...५

मूल्य शिक्षण संस्काराचा मळा माझी शाळा
मेहनत, जिद्दीने यशाचा माथी लागे टिळा
सर्वांगीण विकासाचा हा तिसरा ज्ञान डोळा
शिस्त, विद्यार्जनाचा अनुपम्य असा सोहळा...६

# नोकरदार वर्ग

घड्याळाच्या काटया सारखे चालते माझे सारे आयुष्य
रात्रदिवस कष्ट करून कुटुंबाचे सुरक्षित करतो भविष्य

मध्यमवर्गीय म्हणून उच्चवर्गाकडून खुप होते उपेक्षा
छोट्याशा पगारावर परिवाराच्या पूर्ण होत नाहीत अपेक्षा

घरभाडे, शिक्षण, किराणा खर्च भागवता होते पैशाची चणचण
काय सांगू महीना अखेर पैसे संपुन होते खुपच वनवन

दुसऱ्याच्या हाता खाली नोकरी करता-करता येते नाकी नऊ
काय सांगू बॉस पुढे तर छोटीशी चूक होते आऊ ची बाऊ

रविवारची सुट्टी म्हणजे जणू आनंदाचा असतो सोहळा
कुटुंबासोबत वेळ, पिकनिक, हॉटेल करून होतो मोकळा

# नवरीची गोवरी झाली

घास कसा शिवेल कावळा इच्छा अपूर्ण राहिल्यावर
राहिला असेल का आत्मा, तिचा मृत्यू झाल्यावर

गाळले खोटेच अश्रू आप्त मित्रांनी जरी तिरावर
चेहऱ्यावर समाधानाचे हसू उमटले जळताना सरणावर

आज शांतपणे जळत होती ती निखाऱ्यावर
आयुष्यभर जाळले जिला शब्द विखारी ज्वाळेने निरंतर

आज निंदकही स्तुतीसुमने उधळत होती तिच्यावर
किल्मिशांची ओंजळ मुक्त केली अंत्ययात्रा निघाल्यावर

तरसत होती ज्या प्रेमासाठी, केले ना कोणी प्रेम मनावर
आज प्रेम त्यांचे दिसत होते श्वास तिचे संपल्यावर

नवरीची गोवरी झाली, खंत वाटते तिच्या जन्मावर
का माणसाला माणसाची किंमत नसते तो असल्यावर

# चंद्रा कशी जमते

चंद्रा कशी जमते तुला
धर्म निरपेक्षता?
ईद ही तुझीच
तूच कोजागिरीचा

चंद्रा कशी जमते तुला
व्यक्ती सापेक्षता?
तूच चांदोमामा
तुझ्यातच दिसते प्रियतमा

चंद्रा कशी जमते तुला
सर्व लक्षिता?
देतो चकोराला तृप्ती
तूच देतो शीतलता

# चढ उतार

चढ उतार येतात जीवनात
पूर्ततेत जराशी उणीव असली पाहिजे
जरी उपकार फिटले नाहीत
तरी उपकारांची जाणीव असली पाहिजे

चढ उतार येतात मार्गात
अपयशाची ठेच लगाली पाहिजे
अनुभवातुन शिकायला मिळेल
यशाची गोडी चाखता आली पाहिजे

चढ उतार येतात प्रेमात
कधी विरहाच दुःख पचवता आले पाहिजे
मिळेल नक्कीच सोबातीचा किनारा
पण प्रेमात आकंठ बुडता आले पाहिजे

# मत्सर

चढाओढी करून खेचतो उगीच दुसऱ्याचे पाय
समजतं नाही मला कारण मत्सराचे तरी काय?

जरी दुसऱ्याच्या यशाचे भागीदार व्हायचे नाय
ईर्षा, द्वेष करून करून मग साधते तरी काय?

मत्सररुपी अग्नीत सारे नाते संबंध जळून जाय
दुरावती जवळची माणसे हाती उरते तरी काय?

दुसऱ्याचे कौतुक कराया मोठे मन असावे बाय
मत्सराचे बोचरे शब्दांचे वार विसरते तरी काय?

ईर्षा, द्वेष, क्रोध, लोभ, विकारांची मत्सर ही माय
मत्सर, हेवादावा करून काही बदलते तरी काय?

क्षणिक माणसाचे आयुष्य आज हाय, उद्या नाय
मत्सराची बाग फुलवून नाव मिळते तरी काय?

# चार क्षण जगावे

चार क्षण जगावे आत्मशांतीसाठी
धावतोय किती आपण क्षणिक सुखासाठी
मिळेल आत्मिक स्वानंद अनुभूती
उसंत मिळेल ना थोडी वैचारिक मंथनासाठी

चार क्षण जगावे परोपकारासाठी
नाहीतर प्राणी सुद्धा जगतात स्वार्थासाठी
झिजावे थोडे जनसेवेसाठी
आनंदासोबत समाधान मिळेल जीवनामधी

चार क्षण जगावे शिकण्यासाठी
विद्यार्थी होऊन जगावे अनुभव घेण्यासाठी
ज्ञानाने होईल बौद्धिक उत्क्रांती
यश, सुख, शांती मिळेल जीवनात समृद्धी

# निसटती ही वेळ

चालत आहे कालचक्र निसटती ही वेळ
कार्यक्षमता आणि संधीचा साधावा मेळ

करावे वेळ आणि कार्याचे सुयोग्य नियोजन
तरच यशाचा मार्ग होईल सुलभ, सुगम्य

उद्यावर ढकलू नका तुम्ही आजचे काम
योग्य वेळेत कार्य करण्याचा योग्य परिणाम

वेळेवरच अवलंबून भूत,भविष्य वर्तमान
वेळेचा मान राखतो त्यालाच मिळतो सन्मान

ठरवा आपल्या कार्यक्षमतेचे मोजमाप
वेळ निसटली की उरेल फक्त पश्चात्ताप

# चाहुल

चाहुल प्रेमाची लागता बदलते आयुष्य
पाऊल प्रेमात पडता बदलते भविष्य

सुंदर सुखद स्वप्न सजतात लोचणी
मिळती अविस्मरणीय गोड आठवणी

चाहुल भक्तीची रंगवते जीवन चित्र
निर्मल, निश्छल हृदय होते पवित्र

नसतो कुठला स्वार्थ, मोह अंतरी
शुद्ध, सात्विक भावना जागती मनी

चाहुल आशेची जीवन करती सार्थ
निराशेतुन बाहेर काढून देई नवा अर्थ

जीवन लक्ष्य प्राप्त होण्यास मिळते दिशा
निराशेच्या काळोखात सजते उद्याची उषा

# चित्र का चरित्र ?

चित्र नाही चरित्र माणसाचे सुंदर, स्वच्छ, पवित्र असावे
अपकार नाही तर उपकार करणे जगण्याचे सूत्र असावे

चूक कोणाचीही असू मोठ्या मनाने पदरात घालावी
स्थान संशय, शंका, कुशंका मनात ना तिळमात्र असावे

सद्वर्तन, सदाचार, सुसंस्कार, मूल्य अंगिकरावे जीवनी
गुण -सुस्वभावाने माणसाचे शत्रू देखील मित्र असावे

आपले जवळ असणे सर्वांना इतके हवेहवेसे वाटावे
की थकल्या भागल्यास आपण शीतल चांद रात्र असावे

मनाची तयारी ठेवावी सुख दुःख झेलायची नेहमीच
आयुष्याच्या कोणत्याही परीक्षेस आपण सत्पात्र असावे

# चूक

चूक घडते कधी कळत नकळत
नका बसु तिला नेहमी कवटाळत

योग्य वेळी चूकीची करावी सुधारणा
पुन्हा चूक करून नको अवहेलना

चुकीचा व्हावा मनापासून पश्चात्ताप
चूक पुन्हा करून नको डोक्याला ताप

चूक झाली तरी मोठ्या मनाने करावे माफ
चुकल्यावर प्रायश्चित करून मन करावे साफ

चूक मोठी असो वा छोटी चूकीतून शिका
त्या चूकीची पुनरावर्ती पुन्हा करू नका

# गुरुकृपा

छत्रछाया गुरूची लाभण्या असावे पूर्वपुण्य
काय गुरुकृपा वर्णावी, शब्द माझे नगण्य
गुरु विना ज्ञान नाही जीवन सारे अर्थशून्य
मजला गुरुकृपा लाभली जीवन झाले धन्य

गुरूच दाखवती आपणास सिद्ध मोक्षाचे द्वार
बोट देऊनी सन्मार्गाचे करवती भवसागर पार
गुरु असता पाठीशी होत नाही कधीच हार
ज्ञानज्योती प्रकाशात दूर करती अज्ञान अंधकार

गुरुकृपा लाभता होतो सदाचाराचा अंगीकार
जीव बंधमुक्त होतो सुटतो हा मायामय संसार
सद्विचार देऊनी परिमार्जन करती सारे विकार
ब्रम्ह दृष्टी प्राप्त होऊनी जीव शिव होती एकाकर

मजला गुरुकृपा लाभली चालले आता भक्तीमार्गावर
हा भवसागर पार करेल नक्की गुरु कृपेच्या जोरावर
कशाची भीती नाही माजला गुरु सोबत असल्यावर
परमार्थ सार्थ होईलच, आशीर्वाद त्यांचा माथ्यावर

# छेद

छेद पडतो मनाला, तडा जातो विश्वासाला
सांधले कितीही जरी, गाठ पडते नात्याला

छोटीशी चूक ही खुप महागात मग पडते
नाते संपुष्टात येऊन आयुष्य सारे विखुरते

छुपा वार खंजीर खुपसून करी विश्वासघात
स्वार्थ साधण्याच्या माणसाचा अजब प्रघात

छप्पन भोग ही मग विषासारखे लागतात
आपलीच माणसे परक्यासारखी वागतात

छिन्न विच्छिन्न होते मन पाहून ही कृतज्ञता
कोठे वाहत चालली माणसाची नैतिकता

छी, छि! थू, थू! माणसाचे घाणेरडे हे विचार
फोफावत चालला भ्रष्टाचार आणि गैरव्यवहार

छत्रछायेत रुजावे नितीमुल्य आणि संस्कार
तरच होईल मनुष्य देहाचा नक्कीच उद्धार

# जग आपले आणि परक्यांचे

जग आपल्या परक्यांचे जिथे नात्यांचा बाजार आहे
इथे सुख विकत घेण्यासाठी प्रत्येकजण बेजार आहे

कवडीची ही किंमत नाही प्रेम, आपलेपणा, विश्वासाला
माणसातील माणुसकीला आता कोण पुसणार आहे

स्वार्थ आणि मतलबासाठी फक्त जवळ करतात एकमेकांना
आपले आणि परके यात फरक कोण करणार आहे

व्यवहार उरला आहे नाती गोती, प्रेम आणि मैत्रीत
सल्हे फुकटचे, मदत करायला आता कोण तयार आहे

जो तो व्यस्त आपल्या जगात, वेळ नाही कोणालाच
कोणासाठी काही केले, दिले तर उरतो उपकार आहे

देणं घेणं असेल तरचं नातं टिकतं आता या जगात
आई बाप, पत्नी मुलांचे प्रेम देखील परतफेड, उधार आहे

जग आपले आणि परक्यांचे अन् कोणाचेच नाही
कसे समजावू जगा शरीर देखील भाडोत्री घरदार आहे

# पोशिंदा

जगाचा पोशिंदा असूनी गळफास त्याला
भरुनी जगाचे पोट दुःखाचा घास त्याला

पिकवतो घामाने धान्य साऱ्या जगासाठी
तरी रोजच घडतो का उपवास त्याला

ओठावर फुलतं नाही वेदना कधीच त्याची
भलेही खडतर कितीही असो प्रवास त्याला

कर्जाचा भलामोठा डोंगर जरी डोक्यावरी
आजन्म कष्ट करण्याच कारावास त्याला

स्व-कष्टाच्या घामाने नंदनवन फुलवतो
तरीही जीवनभर हिश्याला वनवास त्याला

दखल घेत नाही सरकार आणि सावकार
गर्मी, सर्दी, पाऊसाचा नाही का त्रास त्याला

खंत शब्दांत व्यक्त करतांना पडते अपुरी
बलिदान त्याचे विसरतो इतिहास त्याला

# जाईल भविष्य काळात

जगेल असे मी की वर्तमानाला वाटेल हेवा
सोबत नेईलच मी कडू गोड आठवणींचा ठेवा
आपले सर्वच घेऊन जाईल साथ सोबतीला
मी जाईल भविष्य काळात जेव्हा.......

पगल्भ होईल विचाराने अनुभवाने आधीच मोठा
वर्तमान भविष्याच्या मधील राहील थोडी व्यथा
वर्तमानात जगणार नाही भविष्याची नसेल रडकथा
मी जाईल भविष्य काळात जेव्हा.......

कोणाला पुन्हा हात दाखवायचा ना पत्रिका
कसे असेल माझे भविष्य राहणार नाही चिंता
माझ्या सुवर्ण भविष्याचा आधीच चाखेल मेवा
मी जाईल भविष्य काळात जेव्हा.......

# जमिनीवर पाय ठेवावे

जमिनीवर पाय ठेवावे यशाचे आकाश गाठताना
अभिमानरहित असावे सफलतेचा ताज मिरवताना

जसे आहे तसे स्वीकारावे आयुष्याचे दान घेताना
स्वाभिमानाने जगावे माणूस म्हणून जगताना

जोडावी चार माणसे श्वासात श्वास असताना
प्रेम आणि विश्वास जपावा नाती सांभाळताना

जिंकावी मने जीवनाचा हा खेळ खेळताना
आणि शत्रूला मित्र करावे प्रतिस्पर्धा करतांना

जिद्द असावी मनी ध्येयाचे शिखर गाठताना
माघार घ्यावी आपल्याच माणसाशी लढतांना

जखमा ही सुगंधी व्हाव्या सारे दुःख पेलतांना
वेदनेची ही कविता व्हावी जीवन गाणे गाताना

जीवन जगावे असे की हेवा वाटेल दुसऱ्यांना
हसू आणि असू यावे जीवन प्रवास संपताना

# आरसा

जरी जग बोलत खोटं पण तूच दाखवतोस सत्यता
भूतकाळात रमत नाहीस तुझ्यात वर्तमानाची वाच्यता

बाह्य रंग, रूप, सौन्दर्याची तुला पाहूनच पूर्तता
शृंगार होतं नाही पूर्ण आरसा पाहिल्या विना

बाह्य रूपा सारखे कधी अंतरंग ही तू दाखव ना
अंतर्मनातले भाव कधी प्रतिबिंबात उमटू दे ना

तुझ्यात प्रतिबिंब उलट दिसतं, कारण नाही कळलं बरं का?
जसं माणूस दिसतो तसा नाही, हे सांगतोस तू खरे का?

तुझ्याशिवाय सत्य दाखवण्याची हिम्मत नाही कोणातं बरं का?
चुकणार नाही कोणीच जेंव्हा आरसा सोमोर तू असेल ना

# भास तुझा हा छळतो मला

जागृती, सुषुप्ती आणि स्वप्नांत
निरंतर होतो आभास तुझा
कसे समजाऊ या वेड्या मनाला
भास तुझा हा छळतो मला

मिटल्या जरी पापण्या तरी
बंद डोळयांतही वास तुझा
हृदयाच्या आरशात प्रिया
प्रतिबिंबित होतो चेहरा तुझा

आठवणींचा गलका होतो
एकांती ऐकू येतो साद तुझा
विसरू म्हणता विसरेना
आसपास होतो आभास तुझा

प्रेमाचे वेड म्हणू का शहाणपण
आवरेना हा आठवांचा पसारा
सावरण्याचा प्रयत्न करते तरी
भास तुझा हा छळतो मला

# जाणून घे न तू

जाणून घे न तू माझ्या मनाची यातना
आर्त माझ्या भावनांची भाव संवेदना

कपूरा परी जळते तुझ्यासाठीच मी
कधी संपेल माझी ही प्रदीर्घ प्रतीक्षा

जाणून घे न तू काही मी न बोलता
अबोल माझ्या भावनांची वाच्यता

झुरते दिनरात तुझ्यासाठीच मी
समजून उमजून घे अर्थ मौनाचा

जाणून घे न तू मनाचा खोलवा
दुःख, वेदेनेचा बोचरा बंद कोपरा

अंतर्मनात साठले खुप काही
आत डोकावून तू पहा ना जरा

# जीवन

जीवन खूप सोपं आहे
फक्त कुठे ताणायच किती सोडायच समजायला हवं

जीवन खूप सहज आहे
फक्त कुठे हसायच किती रूसायच समजायला हवं

जीवन खूप सुंदर आहे
फक्त कुठे करायचं कोणासाठी करायच समजायला हवं

जीवन खूप तरल आहे
फक्त कुठे सांगायच किती ऐकायच समजायला हवं

जीवन खूप सोपं आहे
फक्त कुठे आठवायच कुठे विसरायच समजायला हवं

जीवन खूप अमूल्य आहे
फक्त कुठे सांभाळाव किती खर्च करावं समजायला हवं

# जीवन म्हणजे?

जीवन म्हणजे काय दोन श्वासाचे अंतर
कविता म्हणजे काय हृदय वेदनेचे भाषांतर

मनी प्रश्न अनेक पडतात, शब्दांत मी गुंफते
कितीही लिहून उरते, राहते नेहमीच निरुत्तर

थांबला नाही हा आयुष्याचा प्रवास अजूनही
सरले सरले म्हणता आयुष्य चालते निरंतर

एकटेपणा वाटून घेता भरली रोजनिशी ही
जीवन गाणे ऐकतील सारे डोळे मिटल्या नंतर

अश्रूचीही फुले होतात वेदनेला लिहितांना
काव्यातून दरवळते मग व्यथा फुलांचे अत्तर

थांब या रंगमंचाचा पडदा पडला नाही रश्मी
संपले नाही अजूनही, हा जीवनाचा मध्यांतर

# नकार देता आला पाहिजे

जे पटतं तेच मनाला रुचत असत
चांगल स्वीकार करता आला पाहिजे
ज्या गोष्टीशी आपण सहमतच नाही
त्याला नकार देता आला पाहिजे

आपल्याही मताला किंमत हवी
आवडीसाठी होकार देता आला पाहिजे
उपकाराची जाणिव ठेवायला हवी
मोठ्या मनाने आभार देता आला पाहिजे

संकटात ठामपणे उभी राहून
गरजवंताला आधार देता आला पाहिजे
लाज आणि माज करू नये कधी
ज्याला त्याला अधिकार देता आला पाहिजे

फक्त डोळयांनी स्वप्न पहायची नाही
मेहनतीने साकार करता आला पाहिजे
जबरदस्तीने काहीच करायचे नाही
त्याचा प्रतिकार करता आला पाहिजे

# झाले गेले विसरून

झाले गेले विसरून जावे
मनात नको कुठलीच सल
नाते पुन्हा नव्याने सावरावे
पोटात घेऊन चुक भूल

मनात नको कुठलाच मळ
रागाचा कचरा करावा साफ
मनातील अढी काढून द्यावी
मोठ्या मनाने करावे माफ

ईर्ष्या क्रोध सोडून द्यावा
मन करावे शांत निवांत
शेवटी नाते जपने महत्वाचे
दूर करावी गैर समजुतीची भ्रांत

झाले गेले विसरून जावे
ठेवू नका सारे कवटाळून
मोठेपना दाखवून पुढे चालावे
आपली नाती गोती सांभाळून

# झिजावे जनासाठी

झिजावे जनासाठी करावे सत्कर्म
हाची माणसातील माणूसकीचा धर्म

दूर सारुनिया स्वतःचा स्वार्थ
परोपकर करुनी करावा परमार्थ

कल्याण करावे जगण्याचे हेच मर्म
जीवनासी द्यावी नवी दिशा, नवा अर्थ

कार्य करावे सामजिक हिता प्रित्यर्थ
मानवी जीवन होईल तुझे सार्थ

जनसेवा ईश्वरसेवा मानावी हेच कर्म
गरजवंताला मदत करावी हाच मनुष्यधर्म

# काळजात असे खोल दरी

झेलले शब्दांचे घाव विखारी
किती साठवले दुःख अंतरी
असंख्य व्यथांचे भार ते उरी
काळजात असे खोल दरी

अपमानाची वागणूक जहरी
मनावर खोलवर प्रहार करी
रुतलेल्या जखमा शिवू कशी
काळजात असे खोल दरी

अश्रूंचा पूर दाटला लोचनी
कोण समजतो आपली गाऱ्हानी
जीवनाची सुटत नाहीत कोडी
काळजात असे खोल दरी

मनाची सल मनात राहिली
वेदना खोलवर रुजतच गेली
बुजवण्याचा व्यर्थ प्रयत्न करी
काळजात असे खोल दरी

# का होते इच्छा?

झोळी भरली सर्व जरी सुख, समृद्धिने तरी
मनी नसते अपेक्षा, मुळी समाधानाने राहण्याची

समजत नाही का होते इच्छा सर्व सुख कमावण्याची
कितीही मिळाले तरी आणखी आणखी मिळवण्याची

इच्छा रूपी तहान ही, गरज तिला तृप्तीची
वाढत जाते लिप्सा ही अनंत भोग भोगण्याची

एक इच्छा पुर्ती ने पुन्हा वृद्धि होते दूसरीची
एक संपली की दूसरी मालिका जणू प्राप्तीची

राहिली जरी सुप्त इच्छा, वेदना देते दुःखाची
निरंतर मनात सल देते हार आणि गमवण्याची

का होते इच्छा ही समजत नाही मला कधी
जी सुख आणि दुःखाची कारण बनते मणुष्याची

# टाकीचे घाव

टाकीचे घाव सोसल्याशिवाय येत नाही देवपण
आयुष्यात ठोकर खाल्ल्याशिवाय येत नाही शहाणपण

टिकला तो शिकला जो, हेच अनुभवाचे बोलपन
झुकवल्याशिवाय, झुकल्याशिवय येत नाही महानपण

टिंगलटवाळी करून दिसते आपले अबोधपण
अस्तित्व निर्माण केल्याशिवाय येत नाही हुशारपण

टांग अडवून दुसऱ्याच्या मार्गात दाखवू नये मुर्खपण
प्रेम, विश्वासाने मना-मनात निर्माण करावा आपलेपण

टाका सारी विकारांची घाण, शुद्ध करा विचार धन
निरागस, निस्वार्थ जगा जणू परतले पुन्हा बालपण

टिळा विजयाचा माथी लागेल ओळखा स्वतःचे मन
डोळसपणे पहा जगाकडे दूर करून अज्ञानपण

# माणसाचा बाजार दिसतो

टाकून माणुसकी माणसाचा बाजार दिसतो आहे
स्वार्थ, पैशासाठी नात्यांचा व्यवहार दिसतो आहे

कसले रजतंत्र-लोकतंत्र, जिकडे-तिकडे षडयंत्र
लोकशाहीत जिंकून हरलेला मतदार दिसतो आहे

सत्ता आणि खुर्चीसाठी समाजकारणात राजकारण
सुई पासून राई पर्यंत फक्त भ्रष्टाचार दिसतो आहे

आज Gst, नोटबंदी मध्ये भरडली गेली जनता
महागाईच्या बोझाने जो तो बेजार दिसतो आहे

बेगडी भपकरा, सौंदर्य, दिखावूपणा मिरवत आहे
यात साधेपणा किंमत शून्य भंगार दिसतो आहे

आशेच्या पूर्वेस निराशेचा सूर्यास्त होत आहे
स्वप्नांतल्या सकाळी फक्त अंधार दिसतो आहे

स्वस्तात भावनांचा आता व्यवहार पूर्ण होतो
असत्याचा आंगणी न्यायाचा दरबार दिसतो आहे

# ठाऊक नव्हते

ठाऊक नव्हते मला की, मृत्यू इतका सुंदर असेल
उत्सव असा की, अवघ्या जगण्याला हेवा वाटेल

विना आमंत्रण-निमंत्रण जो तो माझ्या जवळ बसेल
दोन क्षणांची उसंत नव्हती, माझ्यासाठी वेळ काढेल

सोबत जो हसला होता, आज माझ्या करिता रडेल
शिव्या यायच्या तोंडी ज्यांच्या, स्तुती सुमने उधळेल

विसरला जो कधीच मला, माझ्या आठवणीत रमेल
फूल ना दिले कधी ज्यांनी, तो पुष्पमालांनी सजवेल

एकटाच चालत होतो, आज़ सारा समुदाय जमेल
ज्यांनी हात दिला नाही, खांदा देण्यास सज्ज असेल

कधी न घडले आयुष्यात, ते माझ्या नसण्याने घडेल
निरोप देतांना ते रडत असतील, मी समाधानाने हसेल

मी गेल्यावरच का महत्त्व माझे स्वकियांना कळेल?
हे आत्मीयतेचे सुख का मला सरणावरती मिळेल?

# डोळे आणि कान

डोळे आणि कानात असते चार बोटाचे अंतर
ऐकून नव्हे प्रत्यक्ष पाहूनच विश्वास करावा नंतर

कधीही काही ऐकून, पाहून ठेवायचा नाही विश्वास
मग घाई घाईने होतो कधी माणसाचा भ्रमनिरास

बदलायची नाही कधी मानसिकता कोणाचे ऐकून
अंध विश्वास नको, विश्वास ठेवावा माणसे पारखून

"दिसते तसे नसते म्हणून जग फसते"म्हण ही सार्थ
प्रमाण, पुराव्या शिवाय कोणावर आरोप करणे व्यर्थ

काय खरे काय खोटे सिद्ध करण्यास लागतात श्रम
प्रत्यक्ष पाहून, ऐकून, तपासूनच तुटतो माणसाचा भ्रम

कधीही कसेही कोणाविषयी पटकन नाही घ्यायचे मत
वागावे असे की आपल्या निर्णयाशी सारे असावे सहमत

# डोळ्यांची भानगड

डोळ्यांची भानगड प्रेमाची सुरवात
प्रेमपक्षी अडकतात हृदयाच्या पिंजऱ्यात

घायाळ होत हृदय तिच्या नयन कटाक्षात
देहभान हरवतं अन मन जडतं क्षणात

गुंततात दोन मन एकमेकांच्या नयनात
विसर पडतो जगाचा जेंव्हा असतात प्रेमात

गुलाबी नशिल्या दिवसांची ही सुरवात
सुंदर भावी आयुष्याची जणू ही रुजवात

नयनांची जादू ही नयनांची कमाल
डोळ्यांपासून प्रेम सुरू होते खूप धमाल

डोळ्यांनीच कबुली डोळ्यांनीच जवाब
प्रेमकहानी असतेच मुळी अशी लाजवाब

# ढोंग

ढोंग करतात लोक, नाही अंतर्मनाचा ठाव आहे
सत्य लपवती सारे, असत्याला जगात भाव आहे

आज माणसाला माणूस ओळखत नाही जगात
माणुसकी विसरून पैसा, प्रतिष्ठेची हाव आहे

असत्याचा बोलबाला, सत्याचा गाशा गोळा
ज्याच्याकडे खुर्ची, सत्ता त्याचेच फक्त नाव आहे

स्पर्धा चालली मनाजोगे जीवन जगण्याची आता
हार जीत काही नाही, चोराच्या हाती डाव आहे

गरीब भरडत जातो महागाईच्या बोझाखाली
किमंत जगात पैशाला, श्रीमंत तोच राव आहे

# ण आणि न दोन वर्ण

**ण** आणि न दोन वर्णात आहे मोठी तफावत
फरक समजण्यासाठी करतात सारे गफलत

ण मूर्धन्य तर न दंत्य, सरळ, साधा, सोपा वर्ण
ज्याला समजला भेद, तोच व्याकरणाचा कर्ण

घन म्हणजे श्यामल मेघ तर घण म्हणजे घाव
तन म्हणजे शरीर तर तण म्हणजे गवताचे नाव

खूण निजभेटीस चिन्ह दर्शावते जाणून घ्या सार्थ
खून कोणाची हत्या दर्शवते जाणून घ्या हा अर्थ

मण मोजण्याचे माप तर मन आपले अंतरंग
जाण म्हणजे समजून घे तर जान जीवन संग

ण आणि न वर्णात फरक हा घ्यावा पारखून
मराठी वाचावी, लिहावी, बोलावी नीट समजून

# उन्हाच्या दाहकतेत

तप्त उन्हाच्या दाहकतेत भस्म होत चालले आयुष्य
पाणी पाणी करत दाही दिशात भटकंती करतोय मनुष्य

तप्त उन्हाच्या दाहकतेत होरपळून निघतय भविष्य
शेतकऱ्यांच्या अथा-व्यथा वर काय करू मी भाष्य

तप्त उन्हाच्या दाहकतेत वणवण करत आहेत नाजूक पाय
तृष्णा काही भागत नाही डोळयांच्या कडाचे पाणी हरवले हाय

तप्त उन्हाच्या दाहकतेत धगधगत्या दुष्काळाच्या झळा
लाही लाही अंगाची सोसवत नाही हा रणरणता उन्हाळा

# लेकीचा लग्नसोहळा

तळहाताच्या फोडाप्रमाणे जपलं
आज लेकीचा लग्नसोहळा

मेहंदी, संगीत, हळदी, साडे
रितभात सर्व आनंदात झाला

वरात निघाली जोरात शोरात
आणि लग्नाचा बार उडाला

थाटामाटात शुभमंगल झाले
मंडप हर्षाने खुलला फुलला

लेक पाठवणीची वेळ आली
सारा मंडप गहिवरला

लाडाची ती रडताना पाहुन
बाप धाय मोकलुन रडला

सुखी संसार असो आशीर्वाद तुला
निरोप देतांना हुंदका दाटला

संभाळून, सुखात रहा ग पोरी
तिला मिठीत घेऊन रडला

# लेकीचा संसार

तळहाताच्या फोडाप्रमाणे जिला जिवापाड जपलं
परक्याचा धन कन्यादान करुनी सासरी पाठवलं

पाठवणी करतांना आईबापाच्या जीवाला हा घोर
नको दुःखाचे वादळ सुखाने फुलावा लेकीचा संसार

जन्मभर जपली तिला, दिले संस्काराचे दान
स्नेह देईन छोट्यांना, करेल मोठ्यांचा ती मान

लेक माझी गुणवान साऱ्या घराचे मन जिंकेल
माझ्या अंगणीची कळी सासरी आनंदाने फुलेल

थोरामोठ्यांची सेवा करेल अतिथी सत्कार
सवय नाही तिला उचलेन ना ती संसाराचा भार?

कधी चुकलं-माकल समजून घेईल ना सासर?
सहन सार करेल छोटी माझी गुणाची ही पोर

देवा बळ दे तिला लेक संसार सुखाचा करील
संस्कार, संस्कृती जपून दोन्ही कुळाचे नाव उजळील

# परंपरेचे रिंगन

तिलांजली देऊन बुरसट विचारांना
स्वागत कर नव कल्पना, आचारांना
उठ तू! साकार कर तुझ्या स्वप्नांना
त्रास होईल परंपरेचे रिंगन मोडतांना

सोप नाही मागे टाकून पुढे पडतांना
बंधनाची ही लक्ष्मनरेषा ओलंडतांना
हारू नकोस तू छोट्या अडचणींना
त्रास होईल परंपरेचे रिंगन मोडतांना

जिद्दीने मात कर साऱ्या संकटाना
पहायचे तुला सन्मानाने जिंकताना
आव्हान आहे जुन्या रूढी तोड़ताना
त्रास होईल परंपरेचे रिंगन मोडताना

# तुझं माझं प्रेम

तुझं माझं प्रेम
शब्दात रेखाटू कसे
भावनांचे गुलाब
कागदावर सांडू कसे

मिटलेल्या प्रीत कळयांना
कवितेत मांडू कसे
अबोल,निःशब्द ओठांतून
प्रेम व्यक्त करू कसे

हृदयकोशातील गुजगोष्टी
मुक्तपणे बोलू कसे
घट्ट, गच्च, बंद केलेले
हृदयाचे दार उघडू कसे

मनाचे मनावरचे प्रेम
जगजाहीर करू कसे
किती प्रेम आहे तुझ्यावर
न बोलता समजावू कसे

# तुझा आठवांचा शहारा

तुझा आठवांचा शहारा मज रोमांचित करतो
सत्य का स्वप्न माझे क्षणभर आभासित करतो

नकळत गुंतते मन त्या आभासी स्मृति विश्वात
मृगजळ वाटते सत्य मनासी का भ्रमित करतो

पाठलाग करते मन मोहक त्या आठवणींचा
मोरपिसा स्पर्श होतो, अलवार प्रफुल्लित करतो

नयना समोर चालतो चलचित्रपट आठवणींचा
कित्येक स्मृतिचित्रांना हृदयावर अंकित करतो

तुझा आठवांचा शहारा अंग अंग मोहरतो रश्मी
मोहक त्या आठवांना काव्यफुले अर्पित करतो

# कितीदा

तुझ्या आठवणीत झुरावे कितीदा
मरून पुन्हा नव्याने जगावे कितीदा

शोधतो मिलनाचा किनारा अनेकदा
आकंठ प्रेमात बुडून तरावे कितीदा

खेळ प्रेमाचा खेळण्यात कच्चा मी
जिंकून ही तुझ्याशी हरावे कितीदा

पापणीच्या पंखामधून भेटतेस तू
स्वप्न भेट असे अनुभवावे कितीदा

खपली निघून जखम भळभळते
घाव विरहाचे रोज भरावे कितीदा

आठवण तुझी नित्यानवी भासते
विसरत नाही तरी स्मरावे कितीदा

उडून जातात आठवणी अत्तरापरी
स्मृतीगंधाला रश्मीने धरावे कितीदा

# माझ्यात मी ना उरलो

तुझ्या वेदनेच्या हुंकारात
अश्रूं बनूनी ओघळलो
हर्षोच्या मोहक क्षणी
ओठी हास्य बनूनी सजलो

स्वर्वस्व वाहिले तुला मी
प्रेमात तुझ्या इतका गुंतलो
हरवून गेलो तुझ्यातच
सखे देहभान विसरलो

वाट पाहिली चातक होऊनी
तुझ्या प्रेमवर्षावात न्हालो
कधी भावनांचा सूर झालो
भ्रमरा परी आसक्त झालो

जणू दोन जीव अन एक प्राण
तुझ्यात समरसून एकरूप झालो
तुझाच अन तुझा होऊन राहिलो
माझ्यात मी ना उरलो

# तुझ्यावर काव्यही केले

तुझ्यावर काव्यही केले मी देह भान विसरून
भावना साऱ्या ओतल्या त्यात काळीज हरवून

फक्त शब्द नव्हते त्यात प्रेम होते भरभरून
लिहित होते मनाचे भाव स्वतःला हरखुन

मज हृदयातील संवेदना तू ही बघ वाचून
मर्मबंधातील सुगंधी शब्दफुले तू ही घे वेचुन

मनाची आथा, व्यथा, कथा तू घे जाणून
कळेल तुला पहा मनाच्या डायरीत डोकावून

साथ मजला दे तू काव्य स्वप्नांची वाट चालून
मी मोहक प्राजक्त तू मन मोगरा हो बहरुन

काव्यमाला ओवली सुंदर शब्दमोती गुंफून
तू ही प्रकाशित हो या काव्य रश्मीत उजळून

# तुझ्याशिवाय जगणं

तुझ्याशिवाय जगणं म्हणजे आयुष्याचे थांबणे
कठोर यातना मनाला अन् क्षणाक्षणाला मरणे
श्वासा शिवाय प्राण, आयुष्याने मृत्यूला वरणे
क्षणाक्षणाला तुझ्या आठवणीत वेडावून झुरणे

तुझ्याशिवाय जगणं म्हणजे अंधारात जगणे
याद तुला करत करत, कुशी बदलत जागणे
तुझ्या भेटीच्या आशेसाठी ईश्वराला अळवणे
मनाच्या जीर्ण वस्त्रावर आठवांचे ठिगळ लावणे

तुझ्याशिवाय जगणं म्हणजे विरहात जळणे
विस्तवाच्या वास्तवाचे सतत चटके सोसणे
दुःखाच्या अंगाऱ्यावर सुखाचे हसत चालणे
मरणांतिक वेदना जिवंतपणीच सोसणे

तुझ्याशिवाय जगणं म्हणजे मृगजळमागे धावणे
पाठलाग स्वप्नांचा करून ही जिंकूनही हरणे
सुखानी झोळी भरून रिक्त ओंजळ असणे
जीवनी सारे काही असून सुद्धा काहीच नसणे

# तुझ्यासाठी आणलेला गुलाब

तुझ्यासाठी आणलेला गुलाब आज ही दरवळत आहे
जपलेल्या आठवणींच्या पुस्तकात आज ही मोहरत आहे

त्या गुलाबा सोबत माझ्या मनाचा भावबंध जोडला होता
गत स्मृतिंच्या अश्रुंत मला आज ही तो भिजवत आहे

गुलाब प्रतीक माझ्या प्रेमाचे घेऊन आलो होतो तुजपाशी
मधुर जुन्या क्षणांची भेट देऊन आज ही हसवत आहे

माझे प्रेम निवेदन करण्याची हिम्मत झाली नाही कधीच
विरहाच्या बोचर्या काट्यांत आज ही खुलत आहे

रश्मी गुलाबाच्या रूपात मी माझे मन दिले होते तुला
सुकला जरी दिसतो तरी प्रेमाने आज ही बहरत आहे

# गहिवरले मन तुझे ही

तू किती लपवीत होतीस अव्यक्त भावनांना
गहिवरले मन तुझे ही मला निरोप देतांना

स्तब्ध झाला काळही, राहिल्या ना पाऊलखुणा
कवटाळून घेत होतीस, थांबलेल्या क्षणांना

बांध अश्रूंचा फुटला, ओल्या पापणीच्या कडा
वळून वळून पाहत होतीस मला पुन्हा पुन्हा

कसे सावरत होतीस वेड्या तुझ्या मनाला
हात देखील उचलला नाहीस मला निरोप देतांना

गहिवरलेल्या मनात कोरत होती माझ्या चित्राला
रिक्त नव्हती होतं तू, भरत होतीस आठवणींना

# तू ये आणि बघ

तू ये आणि बघ माझी विस्कटलेली घडी
खुश आहे तिथे तू, बघ माझ्या स्वप्नांची राख रांगोळी

तू ये आणि बघ झालोय किती उध्वस्त
माझ्या स्वप्नांना चुराडून तू कशी ग निर्धास्त

तू ये आणि बघ अजुन एकटा पहतोय वाट
सोडून मात्र तू गेलीस माझ्याकडे फिरवून पाठ

तू ये आणि बघ श्वास असून कसं असतं मरण
जीवंतपनी रोज विरहात जळण्याच सरण

तू ये आणि बघ प्रेमाची किती मोजली किमत
पण विश्वासघात करणाऱ्याची मोठी आहे हिम्मत

# ते निघून गेले

ते निघून गेले जे माझे नहुते कधीच
बंध होते मोकळे धरून ठेवले नाही कधीच

ना अधिकार होता, ना सत्ता होती त्यावर
निसटतं होते हातातून आवळले नाही कधीच

सोडून जात होते थांबवू कशाला त्याला
परके होते ते ज्यांनी आपलं मानलं नाही कधीच

ना आनंद होता, ना कुठली सल होती
ते जातांना अश्रुंचा बांध फुटला नाही कधीच

"रश्मि" वेळेत आणि कर्मानुसार मिळते सारे
जे नाही त्यासाठी भाग्याला दोष दिला नाही कधीच

# त्रास होतो

त्राण उरत नाही शरीरात तू सोडून गेल्यावर
प्राणं उरत नाही हृदयात तू फटकून वागल्यावर

त्रास होतो मनाला तुझ्या आठवणीत झुरल्यावर
भास होतो तुझाच सर्वत्र तू सोबत नसल्यावर

त्रागा होतो माझा तू परक्या समान वागल्यावर
जागा होतो मी तू स्वप्नांत आवाज दिल्यावर

त्रयस्थ वाटे मला तू जाणून बुजून दुर्लक्ष केल्यावर
अस्वस्थ होते मन आठवणींत तुझ्या रमल्यावर

त्रस्त होतो त्या क्षणी तू पाहून मला न पाहिल्यावर
परास्त होतो मी युद्ध स्वतःशीच स्वतः केल्यावर

त्रिगुण सारे नाहीसे होतात इच्छा साऱ्या मेल्यावर
आपल्याची किंमत कळते ते टाकून गेल्यावर

त्राही त्राही होते विरहाच्या अग्नीत जळल्यावर
खर प्रेम कळतं समजतं नशिबात ते नसल्यावर

# सावरता आलं पाहिजे

थरथरत्या हाताना कधी सावरता आलं पाहिजे
थोडंसं वेड्या या मनाला आवरता आलं पाहिजे

थकल्या भागल्या जीवांचा आधार होता आलं पाहिजे
थोरा मोठ्यांचा आशीर्वाद घेता आलं पाहिजे

थुंकताना दुसऱ्यावर विचार करता आलं पाहिजे
थोड्या आपल्या चुकांचे अवलोकन करता आलं पाहिजे

थट्टा कोणाची करतांना भान राखता आलं पाहिजे
थोबाड आपलं ही आरशात पाहता आलं पाहिजे

थेट कोणाच्याही काळजाचा ठाव घेता आलं पाहिजे
थेंब थेंब करून पुण्याईचं धन साठवता आलं पाहिजे

थंड डोक्याने सारासार विचार करता आलं पाहिजे
थडग व्हायच्या आधी जीवन जगणं आलं पाहिजे

# थोडं बदलूया

थोडं बदलूया वैचारिक दृष्टिकोन
नक्कीच बदलेल टाईमझोन

बुरसटलेले विचारांना देऊनी फोल
नवं विचारांचे जाणावे मोल

थोडं बदलूया जगण्याचा मूलमंत्र
अंगीकरु या नवयुगाचे तंत्र

आत्मसात करू आधुनिक तंत्रज्ञान
जगासोबत चालून व्हावे सज्ञान

थोडं बदलूया आणून वैचारिक उत्क्रांती
तरच होऊ शकेल मानवाची प्रगती

काळा प्रमाणे आपण जगासोबत चालू
प्रत्येक परिस्थितीत स्वतः ला ढाळू

# तुझं माझं जमतंय

थोडस भांडण थोडासा रुसवा
पेल्यातलं वादळ पेल्यातच शमतंय
संसाराच लोणचं हळुहळु मुरतंय
बघ सख्या तुझं माझं जमतंय

तुझं माझं जमेना तुझ्यावाचून करमेना
कुठेही गेले तरी तुझ्यातच मन रमतंय
हृदयाचा भ्रमर तुझ्यातच गुंततय
बघ सख्या तुझं माझं जमतंय

प्रेमाचं पाणी, विश्वासाचं खताने
परस्पर सामंजस्याच्या प्रकाशात
संसाराच फूल आनंदाने डोलतंय
बघ सख्या तुझं माझं जमतंय

# आयुष्य कसं असावं

थोड्या शब्दात सांगते आयुष्य कसं असावं
आयुष्य एका सुंदर कलाकृती सारखं असावं
निर्माता, निर्माण, कला आणि आस्वादक
सर्वांनाच आनंद,उत्साह,उल्हास देणार असावं

आयुष्य एका गोड मधुर काव्या सारखं असावं
सुखद कल्पनेच जगच वास्तवात उतरावं
काव्यकवी, कविता, पाठक आणि वाचक
सर्वांनाच आवडतं, हवंहवंसं, आपलंसं वाटावं

आयुष्य एका प्रसिद्ध चित्रपटासारखं असावं
हवं तसं, हव्या पद्धतीने चित्रित करता यावं
निर्माता, दिग्दर्शक, चित्रप्रेमी आणि रसिक
सर्वांच्या मनाला हात घालणार चलचित्र असावं

आयुष्य निसर्गासारख उदात्त, परोपकारी असावं
दोन्ही हाताने दान देऊन भरभरून जगावं
रचनाकार, जनक, चालक आणि मालक
सर्वांना पुन्हा येऊन जगावं असं प्रेरक असावं

# दाटल्या आठवणी

दाटल्या आठवणी काळजाच्या ढगात
आपसूक पाणी आले नयनाच्या डोहात

स्मृती देत होती आर्त ती तुझी साद
थांबवू म्हणता थांबेना आली तुझी याद

दाटल्या आठवणी आतुर रिक्त होण्यास
कधी होतील भावना मुक्त होऊन बरसण्यास

गर्दी आठवणींची आजही मनाच्या कक्षात
उचकी येते का तुला, येते मी कधी का लक्षात

भटकते मन माझे आत्मशांतीच्या शोधत
पुन्हा दरवळेलं का जीवन सुखाच्या सुगंधात

# फूल ना फुलाची पाकळी

दातृत्वभाव असावा अंगी
नसावी कोणाची रिकामी झोळी
मदत जेवढी जमेल ती करावी
द्यावी फूल ना फुलाची पाकळी

नसावा गर्व, अंहकाराचा ताठा अंगी
नको कुठली मनात सल, पोकळी
उपकार करावा उदार अंतःकरणानी
द्यावी फूल ना फुलाची पाकळी

सद्विचार, सद्व्वर्तन असावे अंगी
करावी दुर्गुण, विकारांची होळी
मोठ्या मनाने दया, क्षमा करावी
द्यावी फूल ना फुलाची पाकळी

# महागाई

दिवसेंदिवस महागाईचा बोझा वाढतो आहे
या ओझ्याखाली सामान्य माणूस गढतो आहे

दैनंदिन गरजा देखील पूर्ण होत नाहीत आज
उत्पन्न कमी पण खर्चाचा आकडा चढतो आहे

पेट्रोल, डिझेल सोबत अन्नधान्य झाले महाग
जगण्यासाठी सामान्य माणूस लढतो आहे

महागाईने चलनाची क्रयशक्ती कमी होऊन
देशाच्या अर्थव्यवस्थेचा कणा मोडतो आहे

वस्तू आणि सेवांच्या अवाजवी किंमती वाढीने
देशातील ग्राहक असो वा विक्रेता रडतो आहे

महागाईचा भस्मासूर नष्ट करू नये अर्थव्यवस्था
चलनवाढीसाठी सरकार मार्ग काढतो आहे

# तुम्ही मन करा रे निर्मळ

दूर करा काम, क्रोधाचा मळ
तुम्ही मन करा रे निर्मळ
हटवा द्वेष, ईर्ष्याची खळखळ
दिसेल मनाचा स्वच्छ तळ

काढुनी किल्मिषाची जळजळ
प्रेमाने काठोकाठ भरा ओंजळ
चूक कबूल करावी होऊनी प्रांजळ
अंगी बना सदवर्तनाचे बळ

गरजवंताला मदत करावी सकळ
दरवळेल परोपकाराचा परिमळ
कर्म करा त्यागुनी फळ
बोला सत्य वचन, करा शुध्द आचरण

सत्कर्म करा होऊनी सादर
करा अतिथी, थोरा मोठ्यांचा आदर
दूर करुनी सारा हा मनाचा मळ
निर्मळ मनात वास करी ईश्वर

# होलिकादहन

दुष्ट प्रवृत्ती,अमंगल असे कु-विचारांचे दहन करा
सद्बुद्धी, सद्वर्तन आणि सदाचाराचे वहन करा
आपली परंपरा, संस्कृती, सभ्यतेचे जतन करा
नाश करून विकारांचा मगच होलिकादहन करा

सद्गुण अंगीकार करून,संस्कारांचे वरण करा
आदर प्रेम सहित गुरू, थोरामोठ्यांना नमन करा
विवेक धारण करून, काम-क्रोधाचे शमन करा
नाश करून विकारांचा मगच होलिकादहन करा

रोग मुक्त होईल असे स्वच्छ, शुद्ध पर्यावरण करा
जाळून सुका कचरा प्रदूषण मुक्त वातावरण करा
खुल्या मनाने आता वसंतोत्सवाचे आगमन करा
नाश करून विकारांचा मगच होलिकादहन करा

मधुर गुणांच्या पुरण पोळीचा नैवेद्य अर्पण करा
ईर्ष्या, द्वेष, घृणा, सारी किल्मिषांचे तर्पण करा
खोटा अहंभाव टाकुनी, भक्तिभाव समर्पण करा
नाश करून विकारांचा मगच होलिकादहन करा

# आभाळ अगाध

दृष्टीपलीकडच्या त्या जगात
विशाल माझं आभाळ अगाध

विश्वासाची गरुडझेप घ्यायची
दिसते मजला ध्येयाची पहाट

पूर्णत्वाची मनी  घेऊनी आस
स्वप्नांचे थवे सजती नयनात

इच्छांचे तारका लुकलुकती नभात
सप्तरंगी इंद्रधनूसम आकांक्षा मनात

विश्वासाचे बळ घेऊन मनगटात
गाठायचे माझे आभाळ अगाध

# पाहते मी

देव देवळात नाही प्रत्येक माणसात पाहते मी
दगडाच्या मूर्तीत नाही जिवंत हृदयात पाहते मी
दर्शनासाठी घंटो रांगेत उभे राहणाऱ्यात नव्हे तर
देहभान हरपून नाचणाऱ्या वारकऱ्यात पाहते मी

देव यात्रा, जप-तप, कर्म-धर्म करणाऱ्यात नव्हे तर
दातृत्व, उत्तरदायित्व, कर्तव्य निभावणाऱ्यात पाहते मी
दिखावा, बडेजावात दानधर्म मिरवणाऱ्यात नव्हे तर
दुसऱ्यांना नेहमी तत्परतेने मदत करण्यात पाहते मी

देव उपास-तापास, मंत्र-तंत्र, पूजा-अर्चनेत नव्हे तर
दंभ, लोभ, अहंकार नसलेल्या विशुद्ध मनात पाहते मी
दंगे करून हिंदू-मुस्लिम भेदभाव करणाऱ्यात नव्हे तर
देश रक्षणार्थ सीमेवर लढणाऱ्या सैनिकात पाहते मी

देव पोथी-पुराण, वेद-कुराण, पारायणे करण्यात नव्हे तर
दया भावनेने एकमेकांचे अश्रू पुसणाऱ्यात पाहते मी
देव कर्म कांड, उपासना कांड, अंधश्रद्धेत नव्हे तर
दिप्त प्रकाशमान निःस्वार्थ भक्ती भावनेत पाहते मी

# प्रिय बाबा

दोन शब्द लिहिण्यासाठी उचलली मी लेखणी
काय लिहू तुमच्यासाठी शब्दांनी पडले मी उणी

जन्म देऊन घडवले तुम्ही, दिला मला आकार
संस्काराची जडणघडण करून स्वप्न केली साकार

पाठीशी खंबीरपणे उभे राहून दिली मला साथ
गरज पडली तेंव्हा दिला भक्कम मदतीचा हात

वडील म्हणून पार पडलीत प्रत्येक जबाबदारी
कोणतेही संकट येऊ नये म्हणून घेतली खबरदारी

सर्व उचित-अनुचित गोष्टीचे दिलेत मला ज्ञान
शिकवून सवरुन दिलेत सामाजिक गोष्टीचे भान

सक्षम बनवले मला केलेत उभे स्वतःच्या पायावर
शिकवले मला ठाम राहयला स्वतःच्या निर्णयावर

मुलगी म्हणून कधीच केली नाहीत माझी उपेक्षा
बाबा तुम्ही पूर्ण केलेत माझे स्वप्न आणि अपेक्षा

बाबा आयुष्यभर राहिल मी तुमची ऋणी
तुमची मुलगी म्हणून राहिल ताठ मानेने उभी तुमचीच मुलगी

# अजून आहे

धगधगता विरह अंगार जळतो अजून आहे
वणवा आठवणींचा उरात पेटतो अजून आहे

धक्क्यातून सावरलो नाही ग अद्यापही मी
अश्रूंचा पूर नैनातून हा झरतो अजून आहे

धूसर मिणमिणत होती दिवटी स्मृतींची मनात
सहन होईना, विरह तुझा छळतो अजून आहे

छिन्न विच्छिन्न काळजाचे तुकडे वेचत होतो
जखमा सोसून पुन्हा डंख उरतो अजून आहे

जगणे असह्य झाले नाममात्र जीवन शेष हे
तुज विन मरून नव्याने जगतो अजून आहे

कशी उतराई होऊ, वचनबध्द प्रेम बंधात मी
तू दिलेल्या प्रेमाचे ऋण फेडतो अजून आहे

# वात्सल्यमूर्ती माझी माय

धड नाही कळले कधीच मला, काय होता माझा गुन्हा?
बालपणीच अटला का मातृ प्रेमअमृताचा पान्हा?

निरोप घेऊन या जगाचा सोडून गेली मजला तान्हा
डोळे उघडल्यावर दिसली नाही कधीच माझी माय जगात पुन्हा

कळले जेव्हा स्वतःचा जीव गमावून दिले मला जीवनदान
नतमस्तक झाले मी वात्सल्यमूर्ती माय माझी किती महान

दुसऱ्यांच्या आईकडे पाहून मन छिन्न विच्छिन्न व्हायचं
आईच्या फोटोकडे पाहून मन खिन्न, पोटात गलबलायचं

ठरवलं रुमाल, चष्मा, साड्या, कपाट तिच्या वस्तूत तिला शोधायचं
मग निर्जीव वस्तूतही मला तीच अस्तित्व जाणवायचं

तिची मऊ साडी घालून तिच्या स्पर्शाच सुख लाभायचं
तिने वापरलेल्या वस्तू, ती वावरलेल्या वास्तूत तिला अनुभवायचं

तेंव्हा पासून वात्सल्यमूर्ती माझी माय  सतत जवळ भासायची
तिच्या साडीच्या गोधडीत तिच्या मायेची ऊब जाणवायची

कुठलेही संकट असले तरी आशीर्वाद रूपाने दूर करायची
वात्सल्य मूर्ती माझी माय मला देवासमान भासायची

आता या जगात नसली तरी माझ्या हृदयात ती जिवंत आहे
पोरका नाही मी, आईच्या कृपेचे छत्र डोईवर अनंत आहे

# एकाकी जगणे

धनी गेला, कुंकू पुसलं एकाकी जगणे तिच्या वाट्याला
विधिलिखित कोण मोडणार दोष देते का नशिबाला?

जगणं अवघड, मरण ही दूश्वार तोंड देतेय परिस्थितीला
हतबल झाली, वैधव्याचा भोग आलाय वाट्याला

मुलं बाळ डोळयासमोर, कसे सांभाळेल घर परिवाराला
जीवन ज्याच्यावर निर्भर, तोच अर्ध्यावर सोडून निघून गेला

कोणी नाही साथ सोबत, नातेवाईक फक्त नावाला
एकटी ने सांभाळावे सारे, देवाने बळ द्यावे तिला

एकाकी जगणे वृक्षापरी व्हावे, साऱ्यांनी यावे सावलीला
क्रूर किती नियती झाली, संसार अर्ध्यावर मोडला

# निसर्ग खवळला तर

धर्म सांडून नेहमी मनुष्य करत आला पर्यावरणाची हानी
एकदा जर निसर्ग कोपला तर होईल खूपच अनहोनी

प्लास्टिक वापर अन् जंगलतोडी ने केले माती मोल
हवा, पाणी, ध्वनी प्रदूषणने बिघडला निसर्गाचा तोल

भूकंप, पूर, त्सुनामी, ज्वालामुखी हा निसर्गाचा प्रकोप
ओझोन चा स्तर खालावला तर दूषित होतील नैसर्गिक स्त्रोत

पाणी पातळी असंतुलित झाली तर कुठे दुष्काळ तर कुठे महापूर
जाग जाग रे मानवा साध आता तरी तू निसर्गाचा समतोल

पर्यावरणाचे मोल जाण झाडे लावा झाडे जगवा
प्लास्टिक बंदी, पाणी वाचवा, जमीनीची धूप थांबवा

# न बोलताही

न बोलता कधीतरी हो ना तू व्यक्त
बंद ओठांच्या पाकळया कर ना तू मुक्त

किती ठेवशील अंकुश त्या मनावर
मनाच्या संवेदना, कर ना तू अभिव्यक्त

दबुन, दबुन दुःखांचे ओझे होईल
हलके हो जरा, भावना कर ना तू रिक्त

सहन करून कोंडमारा होईल मनाचा
एकाकी जगाशी राहू नको ना तू अलिप्त

न बोलताही सांग मनातील व्यथा-वेदना
अश्रुचा बांध डोळयांनी कर ना तू उन्मुक्त

# कुणी माझ्या मनात लपलंय

**न** सांगताच मला अवचित घडलंय रे
नजरेच्या खिडकीतून कुणी शिरलंय रे
कुणी माझ्या मनात लपलंय रे

ना चैन, ना आराम असं वेड लागलंय रे
बेफाम हे मन सैरभैर होतंय रे
कुणी माझ्या मनात लपलंय रे

ना अस्त्र, शस्त्र नजरेने घायाळ करतंय रे
हळूच काळजावर वार करतंय रे
कुणी माझ्या मनात लपलंय रे

अंग अंग कसं मोहरून निघतंय रे
प्रीत पाखरू भिरभिरतंय रे
कुणी माझ्या मनात लपलंय रे

प्रेमाचं तेज चेहऱ्यावर दिसतंय रे
मुखडा लाजेने चूर चूर होतोय रे
कुणी माझ्या मनात लपलंय रे

साऱ्यांना फसवून बसलंय रे
मलाच का बरं दिसतंय रे
कुणी माझ्या मनात लपलंय रे

# नकारात होकार

नकारात तुझा होकार मला कळलाच नाही कधी
नैनी दाटले अश्रू पण हुंदका फुटलाच नाही कधी

ना राधेचे प्रेम, ना रुक्मिणीची अगतितता कळली
नाही मीरेचे प्रेम वैराग्य भाव दिसलाच नाही कधी

नशिबात फक्त विरह वेदनेचे दुःख लिहिले सटविने
निश्छल मिलनाचा मधूचंद्र लिहीलाच नाही कधी

निवडत होतो आयुष्यात रंग मनासी मज भावलेले
निस्तेज स्वप्नांनी रंग आवडीचा विरलाच नाही कधी

नजरेचा इशारा मनकवड्या नजरेने तो ओळखावा
निद्रिस्त मनाला तुझा इशारा समजलाच नाही कधी

नोंद करत होती लेखणी मनातील सुप्त भावनांची
निस्सीम कवितेतून प्रेमाचा गंध लपलाच नाही कधी

# प्रेमाचा चहा गार होत आहे

नको उशीर करू व्यक्त व्हायला
सळसळता उत्साह मावळत आहे
चटकन आस्वाद घे ना त्याचा
प्रेमाचा चहा गार होत आहे

मस्तीची गर्मी, प्रेमाचा गोडवा
उन्मादाचा रंग चढत आहे
वाफाळता प्रणयाचा घोट घे
प्रेमाचा चहा गार होत आहे

जाईल आळस वाटेल ताजेतवाने
उत्साह उमंगाने फेसाळला आहे
ओठांच्या स्पर्शाने चाखून बघ
प्रेमाचा चहा गार होत आहे

एक घोटात त्याच्या होशील दिवाना
तरोताजगीचा संचार होत आहे
हवाहवासा वाटेल रोजच मग
प्रेमाचा चहा गार होत आहे

# व्हॅलेंटाईन डे

नक्कीच खरे तर प्रेम व्यक्त करायला
व्हॅलेंटाईन डे ची गरज लागत नाही
पण बोलले नाही तर कळणार कसे
प्रेमाला मी शब्दात मोजत नाही

खूप तहानेने व्याकुळ झालो तर
पाणी पील्याशिवाय कळणार नाही
"माझं तुझ्यावर खुप प्रेम आहे"
हे दाखवल्या शिवाय दिसणार नाही

गिफ्ट, चॉकलेट, फूले निमित्त आहे
फक्त म्हण तुझ्याशिवाय करमणार नाही
नसेल जरी महागडी भेटवस्तू तरी
कबूल कर तुझ्याशिवाय जगणार नाही

मिठी, चुंबन, आलिंगन दाखवत का प्रेम
प्रेमाला शारीरिक आकर्षणाची गरज नाही
त्याग, समर्पण, विश्वासावर असतं प्रेम
खऱ्या प्रेमाला व्हॅलेंटाईन डे ची गरज  नाही

# प्रेम हे प्रेम असतं

नजरेतून कोणी काळजात शिरतं
हृदयाच्या स्पंदनाला साद देतं
अनोळखीही जिवाभावाचं वाटतं
म्हणतात ना प्रेम हे प्रेम असतं

ना कुठल्याही अटी, शर्ती, नियम
ना जात पात, रंग रूपाचे बंधन
हळुवार मनाला कोणी स्पर्श करतं
म्हणतात ना प्रेम हे प्रेम असतं

कधी खळखळणार बेभान वार
कधी पाकळीवरचा नाजूक दवं
शीतल, नितळ, निर्मळ जल बनतं
म्हणतात ना प्रेम हे प्रेम असतं

ना घेणं देणं, मागतं समर्पणाच लेणं
हवं असत फक्त विश्वासाचं गुंफण
द्या त्याग, स्नेह आपुलकीचे कोंदण
म्हणतात ना प्रेम हे प्रेम असतं

# नव्या युगात

नव्या युगात पैसा आणि प्रसिद्धिचे वलय आहे
माणसातील माणुसकीचा झाला न क्षय आहे

सत्ता, संपत्ती, खुर्चीची हाव आणि जय आहे
प्रेम आणि विश्वासाचा पदोपदी पराजय आहे

सत्य लपते कोपऱ्यात, असत्याला अभय आहे
आपले झाले परके, विश्वासघाताचे भय आहे

स्वार्थ साधण्याची जणू जडली सवय आहे
शांती, सुख, समाधानाचा आता व्यय आहे

अंहकार मनी, दंभ गर्वाचा हिमालय आहे
ओलावा न अंतरी, पाषाण झाले हृदय आहे

पैसा, प्रतिष्ठा, मान यांचाच जयजय आहे
गुरु, देव, स्त्री सन्मानाचा अपव्यय आहे

आधुनिक यंत्रवत दुनियेत प्रगतीची लय आहे
भ्रष्टाचार,बेरोजगारी,उपासमारी अजय आहे

राजतंत्र चे घोर षडयंत्र आज अक्षय आहे
महामारी, नैसर्गिक आपत्तीचा प्रलय आहे

नव्या युगाची नवी कहाणी निरामय आहे
इथे कोणी ना कोणाचे आज सुहृदय आहे

# आधाराची गरज

नाही म्हणालो तरी आधाराची गरज लागते जीवन जगतांना
बिना आधाराची वेल सुद्धा चढत नाही वाढतांना

भक्कम कांधा हवा असतो दुःखातून सावरतांना
पाठबळ असावे लगाते यशाची शिडी चढतांना

बुडत्याला ही काठीचा आधार होतो तरतांना
हात आपोआप उचलतात डोळ्यातिल अश्रू पुसतांना

आधाराची साथ हवी असतेच जीवन प्रवास करतांना
योग्य मार्गदर्शन असावे लागतेच लक्ष्य गाठतांना

शाब्दिक आधार हवा असतो खचून गेलो असतांना
आर्थिक आधार हवाच की कर्तुत्व सिद्ध करतांना

मानसिक बळ लागतच जीवनाची घड़ी बसवतांना
विना आधाराचे काहीच नाही नवीन काही उभारतांना

# योग

नित्य नियमित करावा योग
दूर होतील व्याधी आणि रोग
घ्या संतुलित आहार, विहार
सहज होईल जीवन उपभोग

सुदृढ होईल शरीर संपत्ती
रोगापासुन मिळेल मुक्ती
कामी येईल व्यायाम युक्ती
मिळेल शारीरिक मानसिक शक्ती

नित्य आचरावा प्राणायाम
प्राप्त होई मानसिक सामाधान
ध्यान, धारणा, ॐकार जप
लाभेल चित्त स्थैर्य, शुद्ध मन

योग भारतीय परंपरागत साधन
शक्ती, बुद्धि आणि मुक्तीचे इंधन
होते शरीर सुदृढ शुद्ध अंतकरण
समस्त आधी-व्याधीचे निराकरण

# आज जागे आहे मन

निद्रिस्त होत्या भावना
हरवले होते संवेदन
मिळाले हे काव्यधन
आज जागे आहे मन

सुप्त होते सारे विचार
नहुते आशेचे किरण
आशा निराशेच्या झुल्यात
आज जागे आहे मन

ज्योति उजळली आत्मतेजाची
प्रदिप्त झाले अंतर्मन
मुक्त झाले भाव सुमन
आज जागे आहे मन

करून ध्यान, चिंतन, मनन
झाले वैचारिक मंथन
अर्थ सापडले ते गहन
आज जागे आहे मन

# स्वप्नांचा झूला

निद्रेच्या आधीन पापण्याचा चांदवा
टीमटीमट्या चांदरात्री झुले स्वप्नांचा झूला

उंच उंच झोका घेत टेकतो निळयानभाला
मनाच्या हिंदोळयावर झुलतो हा झूला

हवाहवासा वाटतो हा स्वप्नांचा अगम्य सोहळा
मोहक दुनियेची सफर करून आणतो झूला

रातराणीचा सुगंध, झोंबतो शीतल तो गारवा
स्वप्नांच्या राती मन मोराचा पिसारा फुलला

गर्द निशेचा गर्भात चमचमत्या खेळ चांदण्याचा
गिरक्या घेत घेत चांदोबाशी पोचतो हा झूला

उघडताच लोचने देतो कसा हा धोका
क्षणार्धात नाहीसा होतो स्वप्नांचा झोका

# निरोप

निरोप घेतांना तुझा, ओलावल्या कडा
अश्रूं गाली ओघळले जणू प्राजक्ताचा सडा
अडखळली पाऊले वळून पाहिले पुन्हा पुन्हा
सोडून तुला जातांना ह्रदयास जातो तडा

निरोप घेतांना तुझा, हरवत होतो स्वतःला
कितीदा सावरत, आवरत होतो मनाला
तूच तनामानात माझ्या, ध्यास तुझाच मला
भेटशील कधी तू, पुन्हा शोधू कुठे तुला

निरोप घेतांना तुझा, श्वास तिथेच गुंतला
जरी चाललो पुढे, मागेच मी पणा उरला
जड अंःकरणाने निरोपाचा हात हलविताना
दूर गेलो जरी आठवणीत राहशील ना

# प्रेम हे

निस्वार्थ सेवा, आपुलकीचा ओलावा
सहवास तो हवाहवासा, मिळल्यावर उरतं प्रेम हे

ना कुठल्याही अपेक्षा, ना कसली उपेक्षा
एकमेकांची समिक्षा, उरल्यावर समजतं प्रेम हे

एकमेकांसाठी झुरने, आठवणीत रमणे
दोनतन एक मन असणे, समजल्यावर जाणतं प्रेम हे

न बोलताच समजणे, भावना जाणने
एकमेकांची मन जपणे, ओळखल्यावर कळतं प्रेम हे

आदर मनामध्ये, स्नेह आपुलकी हृदयामध्ये
विश्वास डोक्यामध्ये, जाणवल्यावर मिळतं प्रेम हे

एक अनामिक ओढ, सोबत असते गोड
कुठल्याही नात्याला नाही तोड, झाल्यावर रुजतं प्रेम हे

जन्मभरची साथ, अश्वस्थ करणारा हाथ
पुढच्या जन्मी भेटण्याची बात, सरल्यावर उरतं प्रेम हे

# पंख

पंख जिद्दीचे लावून स्वप्नआकाशात उडावे
आत्मविश्वासाने उडून लक्ष्य क्षितिज गाठावे

पंख धैर्याचे बळकट असता का मनी घाबरावे
मेहनतीची भरारी घेऊन आपले ईप्सित साधावे

पंख पसरून जोमाने इच्छित कार्यवहन करावे
नाहक फडफड न करता पंख मजबूत बनवावे

पंख कुरतडता कोणी संयम, साहसाने लढावे
मागे खेचता, शक्ती पनाला लावून ऊंच उडावे

पंख सकारात्मक आशेचे लावून भरारी घ्यावे
एक न एक दिवस स्वप्न आकाश कवेत घ्यावे

# पहाटे पहाटे

पहाटे पहाटे उगवतो तो शुक्र तारा
अंग अंग शहारतो मंद मंद वारा
मिठी तुझी अलवार झाली
रात्र सरण्यास मंद झाली जरा

पहाटेचा तो केशर कस्तुरीचा सडा
आदित्य आगमनासी उत्साही धरा
निसर्ग स्वागतासी सज्ज झाला
पक्षांचा मंजुळ किलबिलाट ऐक जरा

तिमिरातून तेजाचा मार्ग मोकळा
गर्द निराशेचा अंधार हा सरला
उठा उठा तुम्ही सारे जागे व्हा
दिसतो मार्ग स्वप्नातुनी सत्याचा

गोड ध्वनी आईच्या सडासमार्जनाचा
आलार्म म्हणू का बाक तो कोंबड्याचा
घंटानाद मंदिरातील काकड्याचा
पहाट जणू हा सोहळा उत्सवाचा

# कितीही झाले तरी

पहिले प्रेम कितीही झाले तरी विसरता येत नाही
काळजाच्या खोल जखमा जिरवता येत नाही

एकदा गुंतले मन की हे धागे सुटत नाहीत
विरहाचे दुःख असे सहज पचवता येत नाही

हृदयात खोलवर रुतल्या सुखद आठवणी त्या
विसरायचे जरी आठवणी काढता येत नाही

मन आणि बुध्दीचे द्वंद्व चालत असते निरंतर
आपल्याच मनाशी स्वतःला लढता येत नाही

गत स्मृतिंची पाखरे ही मागे फिरत नाहीत
आठवणींच्या देशातुन बाहेर पडता येत नाही

रश्मि कितीही झाले तरी विसरता येत नाही
रेशमी आठवांचा हा पसारा आवरता येत नाही

# बालपणीच्या आठवणीं

पाणी वारा चंद्र तारे पुन्हा नव्याने गवसा सारे
बालपणीच्या आठवणींना उतरवा सारे न्यारे

विसरून जाऊ दुःख, वेदना रोजचे ते रडगाने
बालपणीचा काळ सुखाचा पुन्हा अनुभवा रे

पुन्हा खेळू झिम्मा, फुगडी लपंडाव खेळू सारे
गोट्या, कॅरम, व्यापार, लूडो कपाटातुन काढा बरे

पतंगबाजी, क्रिकेटचा पुन्हा डाव रंगु दया रे
पावसात भिजून पुन्हा लहान होऊनी नाचू या सारे

बोरे, चिंचा, आंबा, पेरु पुन्हा चोरून खाऊ या रे
पुन्हा ती मजा, मस्ती, धमाल अनुभवू या रे

# पानांवरचे थेंब जसे

पापणीतील अश्रूं जणू
ओघळायचे विसरून गेले
सुखाच्या शोधात भटकतं
स्वतःसाठी जगायचं राहून गेले

पानांवरचे थेंब जसे
वाहायचे होते विसरून गेले
दवं व्हायच्या नादातं
अस्तित्व स्वतःच हरवून गेले

आयुष्य सारेच हातचे सोडून
पळत्याच्या पाठीमागे गेले
वर्तमानातील सुख विसरून
भविष्याच्या चिंतेत निसटतं गेले

# स्वप्नांचे आयुष्य

पापण्या मिटल्या की स्वप्नांचे मनोरे सजतात
डोळे उघडले की क्षणात नाहीसे होतात

क्षणभंगुर हे स्वप्न, क्षणात सजतं, क्षणात मिटतं
चांदण्या येताच पुन्हा नव्याने संसार थाटतं

स्वप्नांचे हे आयुष्य किती म्हणून सांगावं
व्यक्ती तितक्या प्रकृती प्रमाणे बदलावं

स्वप्नांची दुनिया मायावी, हवीहवीशी, मोहक
रमतो किती या स्वप्नांच्या जगात आपण?

अदभूत असं या स्वप्नांचे हे आयुष्य
कसं म्हणून करावं या स्वप्नांवर भाष्य?

# ओढ आपल्या मातीची

पाहुन चकाचौंध शहराची
मोहरुन मन तिथे भरधाव घेती
इच्छा असते स्वप्न साकारण्याची
दूर गेलो तरी ओढ आपल्या मातीची

पाहिजे नाव, पैसा, सुखसोई
कोणा पोटाची खळगी भरायची
ऊंची सन्मानाची मिळवायची
दूर गेलो तरी ओढ आपल्या मातीची

कितीही आधुनिक झालो तरी
नाळ जोडली असते संस्काराशी
आपली माणसे आणि माणुसकी
दूर गेलो तरी ओढ आपल्या मातीची

आपली माती ही जीवाभावाची
प्रेम आणि अपुलकीने भिजलेली
विश्वासाने नाते बंधन रुजलेली
दूर गेलो तरी ओढ आपल्या मातीची

# राम नाही

पुजतो उगीच दगडाला का? मानत राम नाही
प्रेम कळेल कसे तुला?जर मनात शाम नाही

आज जो तो धावतो आहे स्वप्नांच्याच मागे
इच्छा, आकांक्षाला आता कुठेही विराम नाही

कष्ट वादी कमी, बुध्दी वादी झाले सारे
यंत्रवत झाले जग आता कष्टाचे काम नाही

सत्ता, संपत्ती पुढे झुकते दुनिया सारी
संस्कार, नीतिमत्तेला उरला सलाम नाही

केले कितीही व्रत, उपवास, तीर्थयात्रा तू
तरी आईबापासारखे दुसरे जगी धाम नाही

निघालास तू विश्वविजयाचा अश्वमेध कराया
जिंकणार कसे? जर मन वारूस लगाम नाही

# पुढे काय

पुढे काय वाढून ठेवलय भविष्याच्या ताटात
आयुष्य सार चिंतेत जात सुखाच्या शोधात

वर्तमान हरवतो उद्याचे भविष्य घडवण्यात
पुढे सुख मिळवण्यासाठी आज जातो दुःखात

पुढे काय लिहिलेय नशिबाच्या पुस्तकात
देव लिहितो माणसाच्या कर्म-धर्माच्या हिशोबात

पुढे काय पुढे काय शोध असतो निरंतर
भूत, वर्तमान, भविष्यात वाढत जाते अंतर

पुढे काय जाणण्यासाठी असतो उत्सुक
सुख हवे म्हणून माणुस असतो धडपडत

# पुन्हा ये ना वळून

पुन्हा ये ना वळून आठवणीना उजळून जा
मनाच्या पुस्तकाचे पान कधीतरी चाळून जा

घाबरु नको, मागत नाही तुला खूप काही
बस स्मृतिफुलांचे बीज पुन्हा नवे पेरून जा

तुझ्या आठवणींचा चंद्र विराजतो ग हृदयी
साथीच्या आभासी काजव्यांना परत घेऊन जा

अत्तरापरी दरवळतेस तनामनात माझ्या
तुझ्या स्पर्शाचा सुगंधी मोगरा फुलवून जा

तुझे जग तुलाच ग लखलाभ, फक्त एक कर
आठवणींत रडणाऱ्या डोळयांना हसवून जा

नाही अडवणार वाट, पण पुन्हा वळून पहा
निष्पर्ण भावनांना पुन्हा नव्याने खुलवून जा

# आजची स्त्री

पूर्वी अंधारात चाचपडत होती स्त्री
महात्मा ज्योतिबा रुपी ज्ञानसूर्य उगवला.
अवघी ज्ञान शिक्षणाची दालने खुली केली
ज्योतिबांनी स्त्री शिक्षणाचा मुहूर्तमेढ रोवला.

सक्षम, साक्षर, शिक्षित झाली आजची स्त्री
राष्ट्र विकासाचा नवा अध्याय सुरू झाला.
तिला कायद्याअंतर्गत तिचे हक्क मिळाले
डॉ. आंबेडकरांमुळे तिला सर्वाधिकार मिळाला.

आजची स्त्री सर्व क्षेत्रात अग्रेसर झाली
कार्य करते पुरुषाच्या खांद्याला लावून खांदा.
आज डोळसपणे सर्व जगात वावरू लागली
चूल आणि मूल नव्हे अंतराळावर तिचा झेंडा.

महात्मा ज्योतिबा आणि डॉ. आंबेडकरांमुळे
आजची स्त्री ने अभुतपुर्व इतिहास घडवला.
शिक्षण, प्रशिक्षण, संशोधन, प्रबोधन साधले
ज्योतिबा, आंबेडकरांच्या त्यागाला अर्थ दिला.

# पैसा

पैसा एक साधन बनले आहे आज साध्य
जीवनावश्यक बनला पैसा झालाय आराध्य

पैशा मागे धावता-धावता विसरली तहानभूक
पैसा झाला सर्वस्व आता हिरावले सारेच सुख

दिवस रात्र मेहनत करून मिळवतो आहे पैसा
चैन, आराम, निद्रा हरवली तरी महत्वाचा कैसा

पैसा मध्ये आला की नाते संबंध ही होतात दूर
जास्त पैसा मिळाला की वाढतो अंहकाराचा सुर

पैसा मिळवावा ज्यांनी पूर्ण व्हाव्यात गरजा
पण फाटका खीसा असला की बदलतात नजरा

पैसा नसला तरी मनाने असावे खुप श्रीमंत
गैरमार्गाने पैसा मिळवू नये असावे नीतिवंत

# पोकळी

पोकळी मनाची लेखणीने भरतेय
आठवणीं तुझ्या शब्दांत रेखाटतेय

तुझी जागा आता आठवणींनां देतेय
रिक्त पोकळी शब्द फुलांनी भरतेय

आता अक्षरांत तुझा आधार शोधतेय
सैरभैर मनाला शब्द चित्रात सावरतेय

तू नाहीस सोबत तरी तुला अनुभवते
तुझी पोकळी स्मृतीकाव्यात गुंफतेय

सूटले जे हातून पुन्हा पुन्हा जुळवते
पोकळी आयुष्याची आशेने भरतेय

# पोरीची जात

पोरीची जात म्हणजे नाजूक काच
वाईट प्रवृत्ती लावून बसतात घात

जपून जपावी लागते पोरीची जात
संरक्षणासाठी ठेवावी लागते बंधनात

किती वाईट नजरा भिरभिरतात
कोवळ्या कळ्या कुस्करल्या जातात

या कृत्याचे परिणाम मुलीचं भोगतात
ही जनावरे मात्र मोकाट फिरतात

पोरीला ठेवू नका बंधनाच्या पिंजऱ्यात
स्वरक्षण शिकवा, येणार नाही दृष्टाच्या विळख्यात

तळहाताच्या फोडाप्रमाणे जपावी पोरींची जात
शिकवून मोठे करुन उच्च स्थान द्यावे समाजात

# रामराज्य नाही

प्रजाहित दक्ष आदर्श राजाचे रामराज्य आज नाही
मर्यादा पुरुषोत्तम श्रीरामा सारखे रामराज्य आज नाही

पितृवचनासाठी हसत हसत वनगमन करणे
अशा कर्तव्य पारायण पुत्राचे रामराज्य आज नाही

क्षणार्धात भ्रातु सुखासाठी सिंहासनावर ठेवले तुलसीपत्र
ऐसे विलक्षण बंधुप्रेमाचे रामराज्य आज नाही

सेतुबंधन, युद्ध करुनी पत्नीचे रक्षाकवच झाला जो
एकपत्नीव्रत करणाऱ्या पतीचे रामराज्य आज नाही

वैऱ्याला ही मैत्रीचे स्थान देऊन राज्य अर्पण केले अशा
एकनिष्ठ, विश्वासपात्र मित्राचे रामराज्य आज नाही

अहोरात्र प्रजेच्या हितार्थ ज्याने आपले जीवन वाहिले
सुखी जेथे प्रजा अशा अयोध्येचे रामराज्य आज नाही

# प्रणय निवेदन

प्रणयातुर वेडी मी, यौवनाचा हा ज्वार आहे
मनात पेटला विरहाचा धगधगता अंगार आहे

प्रतिक्षेत तुझ्या दिनरात जळते काळीज माझे
आता सहन होईना, दुराव्याचा का प्रतिकार आहे

आरक्त ओठ पाकळया बिलगण्यासी आतुर झाल्या
व्याकुळ माझ्या तनावर तुझाच अधिकार आहे

रोमांचित करणारा मोहक स्पर्श तुझा हवाहवासा
माश्या सारखी तडफडते मिलनाचा आधार आहे

रश्मी तुझीच आणि तुझीच होऊन राहिल अजीवन
सख्या प्रणय निवेदन तुला ही का स्वीकार आहे

# प्रतीक्षारत

प्रतीक्षारत डोळयांत मिलनाचा काजवा चमकेल का कधी
असूसलेल्या डोळयांना दृष्टी सुखाचा चांदवा  मिळेल का कधी

सहन होत नाही आता तुझ्या माझ्यातील हा दुरावा सख्या
विरहाचा शिशिर संपूनी सहवासाचा ताटवा बहरेल का कधी

कसे सांगू आठवणीत तूझ्या झुरते हे मन माझे क्षणोक्षणी
तप्त मनाच्या कोपऱ्याला स्पर्शाचा गारवा लाभेल का कधी

तुझ्या माझ्यातील या समजुती गैरसमजुती दूर होतील का
विरहातील कडवट हे हृदय प्रेमाचा गोडवा चाखेल का कधी

नीरस, निरुत्साही नाममात्र जीवन जगत आहे ही रश्मी
तुझ्या विना बेताल, बेसुर जीवनाला सुर नवा गवसेल का कधी

# कविता माझी जखमी

प्रत्येक कविता माझी जखमी तलवार
प्रत्येक शब्दांतुन करते काळजावर वार
विरह, प्रेम, व्यथानी भरलेले अंतकरणाची
शब्दां शब्दातून भरते मनातून हुंकार

प्रत्येक कविता माझी भरते वेदनेचा बाजार
आसवे दाटतात पापणीत पाहूनी जगाचा व्यापार
शब्द, शब्द करतात आपसूकच प्रहार
जागे व्हावे सारेच थांबवा हा अन्याय, अत्याचार

प्रत्येक कविता माझी ज्वलंत आग
प्रत्येक ओळींत भरला क्रांतीचा अंगार
राग, राग दिसतो अश्रूंचा कधी भडिमार
व्यथा आणि दुःखानी उतरतो शब्दनिखार

प्रत्येक कविता माझी वेदनेचा शृंगार
प्रत्येक ओळीत उतरतो मनाच्या व्यथेचा भार
माझी कविता कालही जखमी आजही जखमी
कोण काढील खपली तिची असा कोण किमयागार?

# प्रपंच आणि परमार्थ

प्रपंच आणि परमार्थ दोन्ही करावे सार्थ
तरच दुर्लभ मनुष्य देहाला मिळतो अर्थ

प्रपंचात मनुष्याला बाधते संसारी मोहमाया
भोग विलासात विकारग्रस्त होते सारी काया

पाप आचरण करण्यात बुद्धीची होते प्रवृत्ती
भोग भोगताना वाढते सांसारिक असक्ती

परिणामी दुरावते ईश्वराची साधना अन् भक्ती
प्रपंच आसक्त मनुष्याला मिळत नाही मुक्ती

परमार्थ करताना काहीच जात नाही वाया
क्षणा क्षणाचा हिशोब ठेवतो देवराया

पुण्य, सत्कर्म, सदाचारात मग्न होते बुध्दी
षडरीपू नाहीसे होऊन मनाची होते शुध्दी

प्रारब्ध उजळते होते ब्रम्हानंदाची प्राप्ती
जन्ममृत्यूचे चुकती फेरे मिळती चारीमुक्ती

प्रपंच आणि परमार्थ दोन्ही करावा साध्य
विवेक, वैराग्य असता संसार होत नाही बाध्य

# प्रवास माझा

प्रवास माझा आयुष्याचे निश्चित ध्येय गाठण्यासाठी
निघाले मी प्रयत्नांच्या जोरावर यशाचे शिखर गाठण्यासाठी

जिद्द, सचोटी आणि निरंतर मेहनत करेल
माझ्या कष्टाने माझे इप्सित लक्ष्य प्राप्त करण्यासाठी

माझा स्वतःवर दृढ आत्मविश्वास आहे
प्रयत्नशील आहे जीवनाचा उद्देश्य सार्थ करण्यासाठी

अनेक संकटाची काटे मार्गातील दूर करेल
संयम आणि धैर्य ठेऊन पुढे निघेल लक्ष्य मिळवण्यासाठी

रश्मि प्रवास माझा वळणावळणाचा जरी
हार माणनार नाही संघर्ष माझा आयुष्यात सफल होण्यासाठी

# मी तुला जपणार आहे

प्राणाच्या पलीकडे मी तुला जपणार आहे
मनाच्या गाभाऱ्यात प्रतिबिंब साठवणार आहे

श्वास तुझा माझ्या श्वासात राहिल सदा प्रिया
प्रितिचा मोहक सुगंध बनून दरवळणार आहे

तूच माझ्या तनामनात आहेस सदा प्रिया
कधीच विसरणार नाही तुला आठवणार आहे

तूच माझी शक्ती, भक्ती, शांती, प्रेरणा प्रिया
हृदय मंदिरात प्रेममूर्ति म्हणून वसवणार आहे

"रश्मि" तुझा हाथ घेऊन चालणार आहे सदा
प्रत्येक संकटात अजीवन तुझी सोबत करणार आहे

# प्रेम म्हणजे प्रेम असतं

प्रेम म्हणजे प्रेम असतं काळजापासून
भाव अंतरीचा काठोकाठ भरलेले तासुन
दुःख एकाचे ओघळते दुसऱ्याच्या नयनातून
मन जाणतं भाव एकमेंकाचा न व्यक्त होऊन

प्रेम म्हणजे प्रेम असतं मनाच्या अंतरंगातून
अलगद हृदयात प्रवेश करत कोणी पहिल्या नजरेतुन
आवडत स्वत:पेक्षा कोणी ध्याना मनापासून
मनमंदिरात अधिराज्य करत पहा जरा तपासून

प्रेम म्हणजे प्रेम असतं निस्वार्थ, निखळ
निरागस, निरपेक्ष असतं पाण्यासारखं नितळ
सुखद हवाहवसं वाऱ्या सारखं चंचल, अवखळ
प्रेम पवित्र भावना ईश्वरा सारखी पावन, निर्मळ

# मैत्रीचा प्रस्ताव

प्रेम होते मनातून तर त्याला मैत्रीचे का नाव
खर प्रेम नाकारून ठेवला का मैत्रीचा प्रस्ताव

लाल गुलाबाला बेगडी पिवळ्या गुलाबाचा ठाव
स्वीकार नसेल प्रेम,वेगळा कर रस्ता वेगळे गाव

किनाऱ्यावरच बुडत होती तुझी प्रेमाची नाव
प्रेम नकारण्याचा तुझा फसला का खोटा डाव

नसेल हिम्मत तुझ्यात तर पुन्हा परत घे धाव
समजून घे भ्याडाला नसतो प्रेम दुनियेत भाव

मैत्री आणि प्रेमातले तू अंतर समजून घे राव
एकमेकांवर विश्वासाला इथे मोठा असतो भाव

# संसाराची चूल

प्रेम, विश्वास, आपुलकी तीन दगडांवर
माझ्या सुखी संसाराची चूल मांडली
संसाराची चूल परस्पर सामंजस्याने सारवली
परिवार सुखासाठी मनाच्या कोनाड्यात सजली

ईर्ष्या, द्वेष, क्रोधाची सरण त्यात टाकली
कष्टाच्या धगधगत्या निखाऱ्यावर
मेहनतीची भाकरी खमंग भाजली
प्रेमाने सर्वांना भरवाताना गोड लागली

भाव भावनांचे तिखट, मीठ पडताच
स्वयंपाकाला उत्तम चव आली
अन्नपूर्णा रुपातील गृहिणीच्या हातानीं
चविष्ट पदार्थांनी तृप्ती ची ढेकर आली

# प्रेमाची परिभाषा

प्रेमाची परिभाषा शब्दांत कशी मांडावी?
एका मनाची भावना दुसऱ्या मनाला कळावी

अबोल मनाची पाकळी निरागस प्रेमाने खुलावी
सुगंधी अत्तराची कुपी जणू चहूकडे दरवळावी

एकाची व्यथा न बोलताच दुसऱ्याला समजावी
एकाच्या आनंदात दुसऱ्याच्या गालाची कळी खुलावी

अव्यक्त भावना मनाची न बोलताच समजावी
अंतर्मनाची चलबिचल डोळ्यांनीच ओळखावी

प्रेमाची परिभाषा कधी कवितेतून व्यक्त व्हावी
प्रियजनाच्या सहवासाने व्याख्या ती समजावी

इशाऱ्या इशाऱ्यातूनच मनाची गोष्ट व्हावी
प्रेमाची परिभाषा डोळ्यांतून हृदयात उतरावी

# फावली वेळ

फावल्या वेळेचा सुंदर असा सदुपयोग झाला
कविता रचणे मनाचा आवडता उद्योग झाला

कल्पना साकारल्या कोऱ्या कागदावर छान
गझल, अभंग, ओवींचा काव्य प्रयोग झाला

भान हरवून हरखु लागले काव्य विश्वात मी
लोक म्हणती कसा हिला अजब रोग झाला

कविता मैत्रीण, सखी, सोबती, प्रेरणा बनली
काव्याशी असा माझा अविभाज्य संयोग झाला

आज कवयित्री म्हणून मान मिळाला जगात
कवितेच्या छंदाचा असाही उपयोग झाला

www.ingramcontent.com/pod-product-compliance
Lightning Source LLC
LaVergne TN
LVHW040434051026
849517LV00002B/605
* 9 7 8 9 3 9 4 8 7 3 4 9 0 *